(ಅಂ) ತರಂಗಗಳು

ಡಾ. ಕೆ. ಮಧುಕರ್ ,

ಗಣಿತ ವಿಭಾಗ,
ಬಿ. ಎಂ. ಎಸ್.
ಇಂಜಿನಿಯರಿಂಗ್ ಕಾಲೇಜ್
ಬುಲ್ ಟೆಂಪಲ್ ರಸ್ತೆ,
ಬಸವನಗುಡಿ
ಬೆಂಗಳೂರು - 560019.

ಮೇ, 2026

ಡಾ. ಕೆ ಮಧುಕರ್

1. ಗಣಪ

ನಿನ್ನ ನಮಿಸುವೆ ಗಣಪತಿಯೇ,
ನನಗೆ ವರನೀಡಿ ಕೃಪೆ ಮಾಡು

ಆನೆಯ ಮೊಗದವನೇ,
ಅಗಲದ ಕಿವಿಯವನೇ,
ಕೋಟಿಸೂರ್ಯನ
ಪ್ರಭೆಯವನೇ||

ಒಂದೂವರೆ ದಂತದವನೇ,
ಹೊಟ್ಟೆಗೆ ಹಾವನ್ನು ಸುತ್ತಿದವನೇ,
ಚಂದ್ರನ ಶಪಿಸಿದವನೇ||

ಡಾ. ಕೆ ಮಧುಕರ್

ಎಲ್ಲ ದೇವರುಗಳ ಆದಿ ದೇವನೇ,

ಎಲ್ಲ ಗಣಗಳ ಗಣನಾಥನೇ,

ಎಲ್ಲ ಪೂಜೆಗಳ ಪ್ರಥಮ
ಪೂಜ್ಯನೆ||

ಪಾರ್ವತೀ ಪರಮೇಶ್ವರನ ಇಷ್ಟ
ಪುತ್ರನೇ,

ರಕ್ಕಸರಿಗೆಲ್ಲ ಕಷ್ಟ ಸೂತ್ರನೇ,

ನನ್ನ ಮನಸ್ಸೆಂಬ ಇಲಿಯ
ನಡೆಸೋ ಇಲಿವಾಹನನೇ,

ದಾರಿದೀಪವಾಗೆಂದು ಬೇಡುವೆನು
ದಯಪಾಲಿಸೋ ಗಣಪನೇ||

2. ತೂಗಲಾರೆನ ಕೃಷ್ಣ

ತೂಗಾಲಾರೆನ ಕೃಷ್ಣ, ನಿನ್ನ
ತೊಟ್ಟಿಲನ
ಎಂದು ಮಗುವೆಂದು ತೊಟ್ಟಿಲ
ತೂಗುತ್ತಿದ್ದ
ಅಮ್ಮಗೆ ಮಣ್ಣುತಿಂದು ಮೂರು
ಜಗವ ತೋರಿದೆ||

ತನ್ನ ಅಹಂಕಾರಾದಿ, ಮಳೆಗೈದ
ಇಂದ್ರನಿಗೆ,
ಕಿರುಬೆರಳಲ್ಲಿ ಗೋವರ್ಧನ ಗಿರಿ
ಎತ್ತಿ,

ದೈವರಿಗೆಲ್ಲ ನೀ ಗುರುವೆಂದು
ತೋರಿದಾಗ ||

ತೂಗ ಬಂದ ಪೂತನಿಯ ಕೊಚ್ಚಿ
ಕೊಂದೆಯೆಲ್ಲೋ,
ಆಟಿಕೆಯಾಗಿದ್ದ ಶಕಟಾಸುರನ,
ಇಬ್ಬಾಗವಾಗಿಸಿದಿಯೇಲ್ಲೋ||

ಕಂಸಮಾವನ ಮದವಡಗಿಸಿ
ಮಾರಣ ಹೋಮಗೈದೆ|
ಶಿಶುಪಾಲಗೆ ಶತವರ ಶಾಪವಾಗಿಸಿ
ಸುಧರ್ಶನದಿ ಶಿರವಚ್ಛೇದಿಸಿದೆ||

ಅಧರ್ಮಪಾಲಿಸಿದ ಕೌರವರ

ಶೇಷವಿಲ್ಲದಾಗಿಸಿದೆ|

ನನಗೋ ನೀ ಎಂದು ಮಹದೇವನ

ಹಾಗೆ ಕಂಡು,

ನಿನ್ನ ತೊಟ್ಟಿಲ ಮಗುವೆಂದು

ಭ್ರಮೆ ನನ್ನಾವರಿಸದೆ ||

3. ಕೈಕೇಯಿ

ಮಂಥರೆಯ ಮಾತು ಕೇಳಿ,
ನನ್ನ ವನವಾಸಕ್ಕೆ
ಕಳುಹಿಸಿದೆಯಾ ಅಮ್ಮ |
ಅಪ್ಪ ತನ್ನ ಕೊಟ್ಟ
ಮಾತನ್ನು ಉಳಿಸಿಕೊಳ್ಳಲು,
ನನ್ನ ತಂದೆಯಿಂದ
ದೂರಾಗಿಸಿದೆಯಾ ಅಮ್ಮ ||

ಎಂದಾದರೂ ಇದು
ನಿಜವಾದಿತೇ,
ಜಗವೇನೇ ಹೇಳಲಿ ನನ್ನಮ್ಮ
|
ಕೆಟ್ಟ ಮಗ ಇರಬಹುದು,

ಅಮ್ಮ ಕೆಟ್ಟವಳಾದಾಳೆ,
ಅಮ್ಮ?।

ನೀನೇ ಹೇಳಿ ಕೊಟ್ಟಿದ್ದಮ್ಮ,
ಎಲ್ಲರನ್ನು ಪ್ರೀತಿಯಿಂದ
ಪೋಷಿಸುವನು ರಾಜ,
ಸಂಶಯ ಶಂಕೆ ಅಮ್ಮನ
ಮೇಲೆಯೇ !?
ಎಲ್ಲಿಯಾದೇನು ನಾ ರಾಜ?।

ಆಗೋ ನೋಡಮ್ಮ,
ದಶಾನನ,

ಇದು ನಿನ್ನ ಲೀಲೆಯಮ್ಮ।
ನಾ ರಾಜ
ನಾಗಬಾರದೆಂದು....

ನಾ ಬರಿ ರಾಜ
ನಾಗಬಾರದೆಂದು....

ಇಂದು ರಾವಣನ
ಸಂಹರಿಸಿದೆ,

ಇದರಿಂದ ನಾ ಬರಿ
ರಾಜನಲ್ಲ ಅಮ್ಮ।

ಭರತ ಭೂಮಿಯ
ಚಕ್ರವರ್ತಿಯಾದೆ,

ನಿನ್ನರಾಮನಾಗಿ ಎಲ್ಲ
ಅಮ್ಮಂದಿರ ಮಗನಾದೆ।।

4. ಕೃಷ್ಣ

ಓ ಕೃಷ್ಣ, ಓ ಕೃಷ್ಣ,
ನಿನಗೆ ನಾನು ಮರುಳ
ಕೃಷ್ಣ||
ಓ ಕೃಷ್ಣ, ಓ ಕೃಷ್ಣ ,
ನಿನ್ನದೇನು ಮಾಯೆ ಕೃಷ್ಣ||

ನಿನ್ನ ಮಂದಹಾಸದಿಂದ,
ಎಲ್ಲರನ್ನು
ಮುಗ್ಧಗೊಳಿಸುವೆ|
ನಿನ್ನ ಸವಿನುಡಿಯಿಂದ,
ನಮ್ಮೆಲ್ಲರ ಜಡತ್ವ
ಓಡಿಸುವೆ||

ಮುರುಳಿ ನೀನಂತೆ, ನೀನು
ಕೊಳಲೂದಿದಾಗ,
ಎಲ್ಲ ಜೀವರಾಶಿ ಸಮ್ಮೋಹ
|
ಕಾನ್ಹಾ ನೀನಂತೆ, ನೀ
ರಾಧಾಳಸಂಗವಿದ್ದಾಗ,
ಆದರೂ, ಗೋಪಿಯರಿಗೆ
ನಿನ್ನದೇ ವ್ಯಾಮೋಹ||

ಬಾಲ್ಯದಲ್ಲಿ ಬೆಣ್ಣೆ ಚೋರ,
ಅಮ್ಮಗೆ ಬಾಯಲ್ಲಿ
ಜಗವತೋರ|
ಬಲರಾಮನೊಟ್ಟಿಗೆ ತುಂಟ
ಪೋರ,

ರಾಧೆ ರುಕ್ಮಿಣಿಯರ ಮನದ

ಧೀರ||

5. ರಾಮು – ಕೃಷ್ಣಾ

ಅಲ್ಲಿ ರಾಮನು, ಇಲ್ಲಿ
ಕೃಷ್ಣನು |
ಅಲ್ಲಿ ಕೃಷ್ಣನು, ಇಲ್ಲಿ
ರಾಮನು||

ರಾಮಾ, ಮರ್ಯಾದಾ
ಪುರುಷೋತ್ತಮಾ....|
ಕೃಷ್ಣ ಪರಮ ಪುರುಷ
ದೇವೋತ್ತಮ..... ||

ತಂದೆಯ ಮಾತಿಗೆ, ಕಾಡು
ಸೇರಿದ, ರಾಮ ರಾವಣನ
ಸದೆ ಬಡೆದ |

ಮಣ್ಣು ತಿನ್ನಲು, ತಾಯಿ
ಗದರಲು, ಕೃಷ್ಣ ಬಾಯಲ್ಲೇ
ಜಗವ ತೋರಿದ||

ಮನುಜ ರಾಮನು, ಅಸಹಜ
ಕಷ್ಟವ, ಕಿರು ನಗು
ನಗುತ್ತಲೇ ಸಾಧು ಎಂದಿದಾ|

ಬಾಲ್ಯದಿಂದಲೇ, ತೋರಿ
ದೈವಲೀಲೆ, ಕೃಷ್ಣ ಧರ್ಮ
ಮಾರ್ಗ ನಮಗೆ ತಿಳಿಸಿದ||

ರಾಮ, ಏಕಪತ್ನಿವ್ರತನು,
ಕೃಷ್ಣನಿಗೆ ಹಲವು ಸಂತ
ಗೋಪಿಯರು|

ಜಪಿಸಿ ರಾಮನಾಮ,
ಹನುಮನು ಸಿಗುವನು,
ಕೃಷ್ಣನ ಗೀತೆ ಕೇಳಿ ಭಕ್ತ
ಗೆಲುವನು||

ರಾಮ ಕೃಷ್ಣರು
ಒಂದೆಯಾದರು,
ತ್ರೇತಾ ದ್ವಾಪರ ಕಾಲಕ್ಕೆ
ತಕ್ಕಂತೆ ಬದಲಾದರು|
ನಾವೆಲ್ಲಾ ನಡೆಯಲು,
ಸನ್ಮಾರ್ಗದಿ
ರಾಮಕೃಷ್ಣ ಎಂದು ಜಪಿಸಿ
ನಡೆಯುವ ಅವರ ಹಾದಿ||

6. ಅರಿಯಲಾದೆ ನಾ, ನಿನ್ನ ಕೃಷ್ಣ

ಅರಿಯಲಾದೆ ನಾ ನಿನ್ನ, |
ಜಪಿಸಿ ನಿನ್ನೆಯ ನಾಮ
ಕೃಷ್ಣ||

ಸಣ್ಣವರ ಗುಂಪು ಕಟ್ಟಿ,
ಮಡಿಕೆ ಒಡೆದು ಕದ್ದೆ ಬೆಣ್ಣೆ
ಮಗುವಾಗಿ|
ಪೂತನ, ಶಕಟಾ
ಚಾಣೂರರ, ಶವವಾಗಿಸಿದೆ
ನೀ, ಶಿಶುವಾಗಿ||

ಇಂದ್ರನ ಸೊಕ್ಕು
ಮುರಿಯಲು, ಗಿರಿಯೆತ್ತಿದೆ
ಕಿರು ಬೆರಳಲ್ಲಿ |

ತುಂಟಾಟವಾಡಲು,
ಯಶೋದೆಗೆ ಜಗವ
ತೋರಿದೆ ಬಾಯಲ್ಲಿ||

ಯಮುನೆಯ ಮಡುವಿನಲ್ಲಿ
ನರ್ತಿಸಿದೆ ಕಾಳಿಂಗನ ಹೆಡೆ
ಏರಿ|

ರಾಧೆಗೆ ಪ್ರಿಯ ಸಖನಾದೆ,
ಗೋವುಗಳಿಗೆ ಗೊಲ್ಲನಾದೆ|

ಗೋಪಿಯರ ಮುರಳಿ
ಮುರಾರಿ, ಕಂಸಗೆ ಮಾತ್ರ
ನಿದ್ದೆ ಪರಾರಿ||
ಪಾಂಡವರಿಗೆ ರಾಜ್ಯತಂತ್ರ,
ಕೌರವರ ಅಂತ್ಯಕ್ಕೆ ನಿನ್ನದೇ
ಮಂತ್ರ ||

ಅವರವರ ಭಾವಕ್ಕೆ
ಅವರವರ ವೈಚಾರ್ಯತೆಗೆ,
ಅವರವರಿಗೆ ಭಿನ್ನವಾಗಿ
ಕಾಣುವ ನೀ ಒಬ್ಬ ಹೇಗೆ?|

ನನ್ನ ಮನಸ್ಸಿನ
ಆದಿದೈವನೇ, ನನಗೆ ಕೃಪೆ
ಮಾಡೆಯ,

ನನ್ನ ಅರಿ ತೆಗೆದು, ನಿನ್ನ
ಭಕ್ತಿಯಲ್ಲಿ ನನ್ನ ಅರೆದು|

ಎಲ್ಲಡೆ ನಿನ್ನ ಇರುವಿಕೆಯ
ಅರಿವುಕೊಟ್ಟು,

ನಿನ್ನಲ್ಲೇ ಬೆರೆಯುವ ಭಾಗ್ಯ
ನೀಡೆಯ?||

7. ತೂಗ ಬಯಸುವೆ ಕೃಷ್ಣ

ತೂಗಬಯಸುವೆ ಕೃಷ್ಣ
ನಿನ್ನ ತೊಟ್ಟಿಲನ,
ನನಗಾಗಿ ನನ್ನ ಮಗುವಾಗು,
ನಿನಗೆ ಹಾಲು, ಬೆಣ್ಣೆ ತುಪ್ಪ
ತಂದು ಉಣಿಸುವೆ ||

ವಸುದೇವ ದೇವಕಿಗೆ
ಪುತ್ರನಾಗಿ ಹುಟ್ಟಿ,
ಕೆಟ್ಟ ಕಂಸನ ಹಿಂಸೆಯಿಂದ
ಮುಕ್ತ ಗೊಳಿಸಿದೆ ||

ಕುಚೇಲ ತಂದ ಹಿಡಿ
ಅವಲಕ್ಕಿಯ ತಿಂದು,
ಇಬ್ಬರ ಸ್ನೇಹವನ್ನು ಎತ್ತಿ
ಹಿಡಿದು,
ಅವನ ಬಡತನದಿಂದ ಮುಕ್ತ
ಮಾಡಿದೆ||

ಮಾಡಿ ಗೀತಾ ಭೋದ
ಪಾರ್ಥಗೆ,
ಅವನ ಕರ್ತವ್ಯಪಾಲನೆಯ
ತಿಳಿ ಹೇಳಿ |
ಮನಸಿನ ತಳಮಳದಿಂದ
ಮುಕ್ತ ಗೊಳಿಸಿದೆ||

ಪಾಂಡವರ ಧರ್ಮನಿಷ್ಠೆ ಎತ್ತಿ
ಹಿಡಿದು ।

ಅವರಿಗೆ ಕುರುರಾಜ್ಯವನ್ನು
ಕೊಡಿಸಿದೆ।।

8. ಏನು ಜನುಮ ನನಗೆ ಸಿಕ್ಕಿತೋ

ಏನು ಜನುಮ ನನಗೆ
ಸಿಕ್ಕಿತೋ,
ಆ ರಾಮ ಕೃಷ್ಣ ಹನುಮ
ಭೀಮ, ಲಕ್ಷ್ಮಣಾದಿ
ಪುರುಷರಲ್ಲದೆ|
ಎಂಥ ಜನುಮ
ನನ್ನದಾಗಿತೋ ||

ಒಮ್ಮೆ ಆನೆ ಮೊಸುಳೆ
ಬಾಯಿಗೆ ಸಿಕ್ಕಾಗ,
ಹರಿಯೆಂದು ಕರೆಯೇ, ನೀ
ಬಂದೆ |

ಎಷ್ಟೋ ಪರೀಕ್ಷೆ ಜೀವನವಿಡೀ
ಬಂದರು, ಹರಿಯೆಂದಾಗ,
ಮತ್ತೆ ಮತ್ತೆ ಅದೇ ಪರೀಕ್ಷೆ
ಬರಿ ಎಂದೇ ಹರಿಯೇ ||

ಮತ್ಸ್ಯ ಕೂರ್ಮ
ಅವತಾರಗಳನೀ,
ಲೋಕ ಕಲ್ಯಾಣಕ್ಕಾಗಿ ಎತ್ತಿ
ಬಂದೆ|
ಮಾರೀಚ ಮಾಯೆ ಜಿಂಕೆ,
ಹತಮಾಡಿ, ಚರಿತ್ರೆ ಬರೆದೆ,
ಅಂಥ ಅವತಾರ ನಿಂದು
ಎಂದು ಮನನ ಮಾಡಿ
ಕೊಂಡು ಬಾಳುವೆ||

ನನಗೋ ಕಣ್ಣಪ್ಪ ನಂತೆ

ಭಕ್ತಿಯಿಲ್ಲ,

ಹನುಮನಂತೆ ಶಕ್ತಿಯಿಲ್ಲ ,

ಪ್ರಹಲ್ಲಾದನ ತಾಳ್ಮೆ ಇಲ್ಲ ।

ಬಲಿಯಂಥ ತ್ಯಾಗವಿಲ್ಲ,

ಏನೂ ಇಲ್ಲದ

ಜನುಮವೆಂದು,

ಮರುಕ ಪಟ್ಟು ದಾಸನಾಗಿ

ಮಾಡಿಕೊ|| ಏನು ಜನುಮ

||

9. ಓ ರಾಮ

ನಿನ್ನ ಗುಣಕ್ಕೆ ನೀನೆ ಸಾಟಿ
ರಾಮ|
ಯಾರಾಗ ಬಲ್ಲರೋ ನಿನ್ನ
ಸರಿಸಾಟಿ ||

ತಂದೆಮಾತಿಗೆ ಬದ್ಧನಾಗಿ
ಎಲ್ಲವ ತೊರೆದೆ ನೀ ರಾಮ,
ನನ್ನ ತಂದೆ ಸ್ವಲ್ಪ
ಗದರಿದರು, ಮುನಿಸಿನಿಂದ
ಮನಸು ಕೆಡುವುದು ನಂದು
ರಾಮ||

ರಾಜಭಾರಕ್ಕೆ ಭರತ ಕರೆಯೇ,

ವನವಾಸದ ವಚನವರಿಸಿದೆ
ನೀ ರಾಮ|

ನನ್ನ ರಾಜ್ಯ ಭಾರಕ್ಕಾಗಿ
ಕರೆದೊಡನೆ, ಕುರ್ಜಿಗಾಗಿ
ಓಡಿಬರುವೆ ರಾಮ||

ದಶಾನನನ
ಧರೆಗುರಿಳಿಸಿದರು, ನೀ
ಸಾಮಾನ್ಯನಂತಿದ್ದೆ ರಾಮ,

ಏನು ಇಲ್ಲದ ತುಚ್ಛ
ನಾದರೂ, ನಾ ತೋರಿಕೆ
ಯಲ್ಲಿ ಅಸಾಮಾನ್ಯನು
ರಾಮ||

ಕ್ಷಣಕ್ಷಣವೂ ಮರ್ಯಾದೆ
ಪುರುಷೋತ್ತಮನೇ ನೀ
ರಾಮ,

ಅಣುಅಣುವಿನ ನನ್ನ
ತಮೋ ಕಾಮವನ್ನು,

ಹರಣಮಾಡಿ, ಹರಿಸು ನನ್ನ
ದಯಮಾಡಿ ನನ್ನ ರಾಮ||

10. ವರಮಹಾಲಕ್ಷ್ಮಿ ವ್ರತ

ನಮ್ಮ ಮನೆಯಲ್ಲಿ
ವರಮಹಾಲಕ್ಷ್ಮಿ ಹಬ್ಬ
ಸಡಗರ ಸಂಭ್ರಮ ತುಂಬಾ
ಅಬ್ಬಬ್ಬಾ |
ನಮ್ಮ ಮನೆಯಲ್ಲಿ ಮಹಾಲಕ್ಷ್ಮಿ
ಹಬ್ಬ
ಸಡಗರ ಸಂಭ್ರಮ ತುಂಬಾ
ಜೋರಬ್ಬ ||

ಕಲಶದ ಸಾಮಗ್ರಿ ತಂದೆವು ಹಬ್ಬಕ್ಕೆ
ಆಭರಣ ಸೀರೆ ಉಡಿಸಿಹೆವಮ್ಮ |
ಎಲ್ಲರ ಹರಸಿ ಕಲಶದಿ ಬಂದು
ಒ ತಾಯಿ ನೆಲಸು ಬಾರಮ್ಮ ||

ರಂಗೋಲಿ ಹಾಕಿ ಕಟ್ಟಿದ್ದೀವಿ
ತೋರಣ

ಚಕ್ಕುಲಿ ಪುರಿ ಉಂಡೆ
ಮಾಡಿಸಿಹೆವಮ್ಮ।

ಮುತ್ತೈದೆ ಕರೆದು ಕೊಟ್ಟೀವಿ
ಬಾಗಿನ

ಓ ತಾಯೆ ನೋಡು ಬಾರಮ್ಮ॥

ನೈವೇದ್ಯಕ್ಕೆ ಶಾವಿಗೆ ಪಾಯಸ

ಹೋಳಿಗೆ, ಆಂಬೊಡೆ ಅದರ

ಕೂಡ।

ಸ್ವೀಕರಿ ಸಮ್ಮ ನಮ್ಮೆಲ್ಲರ ಸೇರಿ

ಓ ತಾಯಿ ಲಕ್ಷ್ಮಿ ಬಾರಮ್ಮ ॥

ಬೇಡುವೆವಮ್ಮ ಎಲ್ಲರೂ ಕೈ ಮುಗಿದು

ಎಲ್ಲೆಡೆ ಇರಲಿ ಶಾಂತಿ ಸಮೃದ್ಧಿ |

ನಿನ್ನೆಯ ಕೃಪೆಯು ಎಲ್ಲರಿಗೂ ಇರಲಿ

ನಮ್ಮ ವ್ರತಕ್ಕೆ ಸಾಫಲ್ಯ ನೀಡಮ್ಮ||

11. ಬಸವನಗುಡಿ

ಬಸವಣ್ಣ ನೆಲಿಸ್ಯಾನ,
ಗುಡ್ಡದ ಮೇಲ್ ಬೆಳಿದ್ಯಾನ.
ಭುವಿಗೆ ಅಳಿವು ಖಚಿತಾನ?
ಬಂದು ಶಿವ ತ್ರಿಶೂಲದಿ
ತಡಿದಾನ ||೧||

ಕಾರ್ತಿಕ ಮಾಸದಲ್ಲಿ,
ಕಿಕ್ಕಿರಿದ ಜನರುಗಳು,
ಪರಿಷೆಯಾಗ ಬಂದು
ಭಾಗೀಯಗುತಾರ.
ಬಸವನಗುಡಿಯ ವೈಭವ
ಮೆರಿತಾರ ||೨||

ಪುತ್ತಿಗೆ ಮಠ ಉಂಟು,
ಬೃಂದಾವನವು ಉಂಟು,
ಅಲಂಕರಿಸಲು ಉಂಟು
ದೊಡ್ಡ ಗಣಪ
ಗುಡಿಯಾ ಹಿಂದೇ
ಉದ್ಯಾನವನ||೩||

ರಾಮಕೃಷ್ಣ ಆಶ್ರಮಕ್ಕೆ
ವಿವೇಕಾನಂದ ಪುತ್ಥಳಿ,
ಹೂವು, ತರಕಾರಿಗೆ, ಗಾಂಧಿ
ಬಜಾರ್,
ಗೋಖಲೆ ಜ್ಞಾನ ಸಂಸ್ಥೆಗೆ,
ಡಿ.ವಿ.ಜಿ. ಸಭಾಂಗಣ||೪||

ನ್ಯಾಷನಲ್ ಕಾಲೇಜು,
ಎ.ಪಿ.ಸ್. ಕಾಲೇಜು
ವ್ಯಾಸಂಗಕ್ಕೆ ವಿದ್ಯಾಪೀಠ.
ಇವುಗಳ ಮಧ್ಯೆಯೇ ನಮ್ಮ
ಹೆಮ್ಮೆ
ಬಿ. ಎಂ. ಎಸ್. ಸಂಸ್ಥೆಯೇ
ನಮ್ಮ ಗುರುತು ||೫||

ಇಷ್ಟೇ ಅಲ್ಲ ಬಸವನಗುಡಿ,
ಇನ್ನೆಷ್ಟೋ ಬರೆದಷ್ಟು,
ಇದುವೇ ನಾವು ಕಂಡ
ಮಿನಿಭಾರತ.
ಕಲಿಯುತಾ ನಲಿ
ನಲಿಯುವುದೇ ಎಂದು
ಶಾಶ್ವತ ||೬||

12. ಹೋಗ ಬಹುದು ಹಿಂತಿರುಗಿ

ಹೋಗ ಬಹುದು ಹಿಂತಿರುಗಿ
ಒಮ್ಮೆ ದಿನದ ಸೂರ್ಯನ ಉದಯ
ಕಂಡು,
ಮತ್ತೆ ಮೆಲಕು ಹಾಕಿದ ಸವಿನೆನಪ
ಉಂಡು,
ಏಕೆ ಎಲ್ಲದಕ್ಕೂ ಕ್ಷೋಭೆ,
ಮನ ಹಿನ್ತಿರುಗಿದರೆ ಸಾಲದೇ,
ಮತ್ತೆ ಉತ್ಸಾಹ ಹೊಂದಲು,
ಮೆಲ್ಲಗೆ ಮುಗುಳ್ನಗುವ ಮಗುವ
ಕಂಡು,
ಮುಪ್ಪನ್ನು ಮರೆಯುವ ಅಜ್ಜನ
ಹಾಗೆ,

ಮಗುವಿನ ಜೊತೆ
ಮಗುವಾಗುವವನ ಕಂಡು ||೧||

ಹೋಗ ಬಹುದು ಹಿನ್ದಿರುಗಿ,
ಅಲ್ಲೇ ಆಡುತ್ತಿರುವ ಮಕ್ಕಳ
ಕಂಡು,
ನಮ್ಮೆಲ್ಲರ ಬಾಲ್ಯದ ಸವಿ ನೆನಪ
ಉಂಡು,
ಮತ್ತೆ ಮರೆಯುತ್ತ ನಮ್ಮ
ದಣಿವೆಲ್ಲಾ,
ಆ ಮಗು ಏರುವ ನಮ್ಮ ಹೆಗಲ
ಒಡ್ಡು ||೨||

ಹೊಗಲೇ ಬೇಕಲ್ಲವೇ ಹಿಂದಿರುಗಿ,

ಮತ್ತೆ ಯಾರಾದರೂ ತಾಯಿಯ

ಮಡಿಲಿಗೆ,

ಪ್ರಕೃತಿ ಮಾತೆಯ ಒಡಲಲ್ಲಿ

ಬೆರೆಯಲು,

ನಿದ್ರೆಯಿಂದ ಚಿರನಿದ್ರೆಗೆ,

ಆ ನಮ್ಮ ಭೂತಾಯಿಯ

ಮಡಿಲಿಗೆ,

ಎಂದಾದರೂ ಒಂದು ದಿನ

ನಾವೆಲ್ಲರೂ,

ಹೊಗಲೇ ಬೇಕಲ್ಲವೇ ...

13. ನಾ ಕಾಗೆಯಾದರೇನು?

ನಾ ಕಾಗೆಯಾದರೇನು,

ನನ್ನಂಥಹ ಪಕ್ಷಿ

ಬೇರೊಂದುಂಟೇನು?

ಹದ್ದಿನ ಜೊತೆ ಹಾರುವಾಗ ನಾನು,

ಹಾರುತ್ತ ಯುದ್ಧ ಮಾಡಿ

ಗೆಲ್ಲಬಲ್ಲೆ,

ಕೊಕ್ಕರೆಯ ಕಾಲುದ್ದವಿದ್ದರೇನು,

ನಾನೂ ಕೊಕ್ಕಿಂದ ಆಹಾರ

ಪಡೆಯಬಲ್ಲೆ.

ಎಂದಾದರೂ ಆ ಗಾನ ಕೋಗಿಲೆ,

ನನ್ನಂತೆ ಗೂಡು

ಕಟ್ಟಬಲ್ಲದೇನೂ?

ಅದರ ತತ್ತಿಯು ನನ್ನ ಗೂಡಲ್ಲೇ

ಎಂದೂ,

ಆದರೂ ಕೋಗಿಲೆ ವಿಶ್ವಾಸ

ದ್ರೋಹಿ,

ನಾನಾದರೋ ಸ್ನೇಹ ಜೀವಿ,

ಮತ್ಯಾರಿಗಿದೆ ನನಗಿರುವ ಬುದ್ಧಿ,

ಹಾಕಿ ಕಲ್ಲುಗಳ ಹೂಜಿಯಲ್ಲಿ,

ನೀರು ಕುಡಿಯಬಲ್ಲೆ!

ಗಣಿತ, ಕಾಗುಣಿತ, ಪ್ರಜ್ಞೆಯಲ್ಲಿ

ನಾ,

ಮನುಷ್ಯನ ಮೀರಿಸಬಲ್ಲೆ,

ಏನೇಯಾಗಲಿ,

ನಾ ಕಾಗೆಯಾದರೇನು,

ನನ್ನಂಥಹ ಪಕ್ಷಿ

ಬೇರೊಂದುಂಟೇನು?

14. ಗುಬ್ಬಚ್ಚಿ

ಎಲ್ಲಿ ಹಾರಿತು ಆ ಹಕ್ಕಿ ,

ಎಲ್ಲೂ ಕಾಣ ಸಿಗದಾ ಹಕ್ಕಿ,

ಎಂದಾದರೂ ಹಿಂತಿರಿಗುವುದೇ,

ಅಥವಾ ಎಂದೂ ಸಿಗದಿರುವುದೇ,

ಹೆಕ್ಕುತಿದ್ದವು ಕ್ರಿಮಿಕೀಟಗಳ,

ರಕ್ಷಿಸೀ ದವಸ ಧಾನ್ಯಗಳ,

ಕೀಚ್ ಕಿಚ್ ಕಿಚ್ ಕಿಚ್ ಕಿಚ್
ಕೀಚ್ ಕೀಚ್

ಎಂದು ಇಂಪಾಗಿ ಹಾಡಿ,

ಹರುಷ ಸಂತಸ ತರುತಿದ್ದವು

ನಮಗೆಲ್ಲ

ಇಂದು ಆ ಹೊಲ ಗದ್ದೆ

ಇಲ್ಲದಿರಲು,

ಆ ಬಾಂಧವ್ಯ ಬಾರದಿರಲು,

ಎಲ್ಲಿಯೋ ಹೋಗಿರುವ ಆ ಹಕ್ಕಿ,

ಮತ್ತೆ ಬಂದೀತೆ?

ಬರಬೇಕು ಆ ಪಕ್ಷಿ,

ನೆಡುವಾ ಬನ್ನಿ ಮತ್ತೆ ಗಿಡ ಮರ,

ಬರಿಸೋಣ ಮತ್ತೆ ಹಳೆ ಪರಿಸರ,

ತಂದು ಆ ಹಸಿರ, ಕರಿಯೋಣಾ

ಬನ್ನಿ,

ಗುಬ್ಬಚ್ಚಿ ಗಳ ಸಾಗರ.

15. ಮಧ್ಯಮ ವರ್ಗ

ಓ ಓ ಓ ಆ ಆ ಆ

ಹಲವಾರು ಕನಸ್ಸುಗಳು,

ಏನೋ ಹೊಸ ಹುಮ್ಮಸ್ಸು,

ದಿನದ ಜಂಜಾಟ ವಿದ್ದರು,

ಮನದಲಿ ಏನೋ ತೇಜಸ್ಸು,

ಇದೆ ಮಧ್ಯಮ ವರ್ಗ

ಇದೆ ಏ ಏ ಮಧ್ಯಮ ವರ್ಗ

ಎಷ್ಟೋ ಪ್ರಶ್ನೆಗಳಿದ್ದರೂ ,

ಶೋಷಣೆಗೆ ಒಳಗಾದರೂ ,

ಎಷ್ಟೋ ಕೆಳಗ್ಗೆ ಬಿದ್ದರೂ,

ಧೃತಿ ಗೆಡದೇ ಮುನ್ನಡೆವರೂ,

ಇದೆ ಮಧ್ಯಮ ವರ್ಗ

ಇದೆ ಏ ಏ ಮಧ್ಯಮ ವರ್ಗ

ನಡೆದರೂ ಓಡಿದರೂ ,

ಮಳೆಯಲ್ಲೇ ಮಿಂದರು,

ಬಿಸಿಲಲ್ಲೇ ಬೆಂದರೂ,

ಅವರವರ ನಂಬಿಕೆಗಳಿಗೆ ಬದ್ಧರೂ,

ಇದೆ ಮಧ್ಯಮ ವರ್ಗ

ಇದೆ ಏ ಏ ಮಧ್ಯಮ ವರ್ಗ

ಡಾ. ಕೆ ಮಧುಕರ್

ದೇಶವೆಂಬ ಸಂಸ್ಥೆಗೆ,

ನ್ಯಾಯದ ವ್ಯವಸ್ಥೆಗೆ,

ನಂಬಿಕೆಗಳ ಭದ್ರ ಬುನಾದಿಗೆ,

ಪ್ರಜಾಪ್ರಭುತ್ವದ ಎಲೆ ಮರೆಯ

ಕಾಯಿಗಳೂ

ಇವರೇ ಇವರೇ ಇವರೇ ಆ ಆ ಆ ,

ಅಲ್ಲ

ನಾವೆಲ್ಲ ನಾವೆಲ್ಲರೂ ಮತ್ಯಾರೂ,

ಇದೆ ಮಧ್ಯಮ ವರ್ಗ

ಇದೆ ಏ ಏ ಮಧ್ಯಮ ವರ್ಗ

ಮಧ್ಯಮ ವರ್ಗ

16. ಓಡುತಿಹುದು ಕಾಲ

ಓಡುತಿಹುದು ಕಾಲ,
ಬಿಚ್ಚದಿರು ನೀ ಬಾಲ,
ಮಾಡದಿರು ನೀ ಸಾಲ,
ಸೇರುವೆ ನೀ ಕಪಿಲ||

ಕುಗ್ಗುತಿಹುದು ಅಂತರ್ಜಲ,
ಮಾಡಿ ಮನುಜ ನೆಲಮಲ,
ಆಗುತಿಹುದು ಎಲ್ಲವೂ ಪೊಲ,
ಸೇವಿಸತ್ತಿದೀವಿ ಹಾಲಾಹಲ||

ಮೂಸುತ್ತಿಹೆವು ವಾಯು ಮಲ,

ಕೆಸರಿನಲ್ಲಿ ನಾವು ಕಮಲಾ,

ನೆಲ ಜಲ ವೆಲ್ಲ ಮಲ,

ತಂದುಕೊಂಡಿದ್ದೀವಿ ನಮಗೆ
ನಾವೇ ಶೂಲ||

17. ಇರುವುದು ಇದ್ದಂತೆಯೇ

ಇರುವುದು ಎಲ್ಲವೂ ಇದ್ದಂತೆಯೇ
|

ಎಂದೂ, ಇರುವುದು
ಇದ್ದಂತೇಯೇ ಎಲ್ಲವೂ ||

ಅಂದು ಸತ್ಯಾಗ್ರಹದ ವಾದ,

ಇಂದು ಅದೇ ನಗೆಪಾಟಲು,

ಮುಂದೆ ಅದೇ ಡೊಂಕು ಬಾಲ||

ಇರುವುದು ಎಲ್ಲವೂ ಇದ್ದಂತೆಯೇ

|

ಎಂದೂ, ಇರುವುದು

ಇದ್ದಂತೇಯೇ ಎಲ್ಲವೂ ||

ಅಂದು ಜಾತೀಯತೆ

ಒಡಿಸಿದವನು,

ಇಂದು ಹೊಸ ಜಾತಿ

ಹುಟ್ಟಿಸಿದವನು,

ಮುಂದು ಅದೇ ಜಗಳಾಟ ||

ಇರುವುದು ಎಲ್ಲವೂ ಇದ್ದಂತೆಯೇ

|

ಎಂದೂ, ಇರುವುದು
ಇದ್ದಂತೇಯೇ ಎಲ್ಲವೂ ||

ಅಂದು ನಡೆದ ಮಾನಭಂಗ,
ಇಂದು ತೆರೆದ ಬರಿದಾದ? ಗುಂಡಿ,
ಮುಂದು ಅದೇ ಅಪಹಾಸ್ಯ,
ಅಪವಾದ||

ಇರುವುದು ಎಲ್ಲವೂ ಇದ್ದಂತೆಯೇ
|
ಎಂದೂ, ಇರುವುದು
ಇದ್ದಂತೇಯೇ ಎಲ್ಲವೂ ||

ಅಂದು ನಡೆದದ್ದು ರಾಜಭಾರ ?

ಇಂದು ಅರಾಜಕೀಯ ಘೋರಾ,

ಮುಂದಾದೆ ಸರ್ವಾಧಿಕಾರದ

ಧೋರಣೆ?

ಇರುವುದು ಎಲ್ಲವೂ ಇದ್ದಂತೆಯೇ

|

ಎಂದೂ, ಇರುವುದು

ಇದ್ದಂತೇಯೇ ಎಲ್ಲವೂ ||

ಬದಲಾವಣೆಯೇನು ?

ಬದಲಾಗುವುದು ಏನು?

ಎಲ್ಲವೂ ಭ್ರಮೆ, ನಿಜವೆಲ್ಲ ಸುಳ್ಳು?

ಸುಳ್ಳುಗಳು ನಿಜವೇ?

ಏ ಏ ಏ ....

ಕಾಲವು ಕಳಿದ ಮೇಲೆ,

ಅಕಾಲವು ಉಳಿದೀತು,

ಅಂದು .. . .

ಇಂದು .. ..

ಮುಂದೆಂದೂ ||

ಇರುವುದು ಎಲ್ಲವೂ ಇದ್ದಂತೆಯೇ

|

ಎಂದೂ, ಇರುವುದು

ಇದ್ದಂತೇಯೇ ಎಲ್ಲವೂ ||

18. ದುಡ್ಡು ದುಡ್ಡು

ಮನುಷ್ಯನಿಗೆ ಬೇಕೇಬೇಕು
ಎಲ್ಲದಕ್ಕೂ ದುಡ್ಡು

ದುಡ್ಡು ಇಲ್ಲ ಅಂದ್ರೆ ಅವನದು
ನಾಯಿ ಪಾಡು.

ದೇವಾ ಕೂಡ ಧರೆಗೆ ಬರಲು ಬೇಕೇ
ಬೇಕು ದುಡ್ಡು

ಹೇಗೇ ಇದ್ದರು ದುಡ್ಡು ಇದ್ದರೇನೇ,
ಅವನ ಹುಟ್ಟು

ಶಾಲೆ ಸೇರಲು ಅಪ್ಪ ಅಮ್ಮ ತರಲೆ
ಬೇಕು ದುಡ್ಡು,

ಇಲ್ಲ ಅಂದ್ರೆ ಮುಂದೆ ನಾವು
ಅಲ್ಲಿಗೇನೇ ಗಾರ್ಡ್ ಉ

ಕಾಲೇಜು ಬಂದ್ವಿ ನಮಗೆ ಬೇಕು
ಬೇಕೇ ಬೇಕು ಬೈಕು

ಇಲ್ಲ ಅಂದ್ರೆ ಮಾಡುತೀವಿ ನಾವು
ಹಂಗರ್ ಸ್ಟ್ರೈಕ್ ಉ

ಬೈಕು ಆಯಿತು ಒದುವುದುಕ್ಕೆ
ತುಂಬಾ ತುಂಬ ಅಡ್ಡಿ

ಆಗ ಕೆಲಸಕ್ಕಾಗಿ ಸರ್ಚ್ ಉ ಮಾಡಿ
ಮಾಡಿ ಟೇರ್ ಆಯ್ತ್ ನಮ್ಮ ಚಡ್ಡಿ

ಹಾಗು ಕೆಲಸ ಸಿಕ್ಕಿ, ಮ್ಯಾರೇಜ್ ಆಗಿ
ಮಾಡುತಿಹೆವು ಫ್ಯಾಮಿಲಿ,

ಆದ್ರೆ ಕಾಸ್ಟ್ ಒಫ್ ಲಿವಿಂಗ್ ಜಾಸ್ತಿ
ಯಾಗಿ ಪಾಕೆಟ್ ಎಲ್ಲ ಖಾಲಿ

ಅಂತೂ ಇಂತೂ ಆದ್ವಿ ನಾವು
ಅರವತ್ತಿಗೆ ರಿಟೈರ್ಡ್ ಉ

ಸಾಲದವರಿಗೆ ನಮ್ಮನ ಬೈಯಕ್ಕೆ
ಆಗುವುದಿಲ್ಲ ಟೈರ್ಡ್ ಉ

ಹೋಗಿಲ್ಲ ಬೇಡ್ದ ರಪ್ಪ ನಮಗೆ
ಸಮೀಪಿಸಿದೆ ಡೆತ್ ಉ

ಆದ್ರೆ ಚಿತೆ ಗೆ ಈ ದೇಹ ಹಾಕಲು
ಕೇಳುತ್ತಾರೆ ಕ್ಯಾಶ್ ಉ

ಜೀವನದಲ್ಲಿ ಸೋತು ಸೋತು
ಕಳದೊಯಿತು ಫೈತ್ ಉ

ಈ ಕಥೆ ಕೇಳ್ಬೇಡ್ರಪ್ಪಾ ಆಗೋಗ್

ತೀರಾ ಪ್ರೊತು

ಏನೇ ಆಗಿಲಿ ಮನುಷ್ಯನಿಗೆ ಬೇಕೇ

ಬೇಕು ದುಡ್ಡು

19. ಭರವಸೆ

ತಂದೆ ತಾಯಿಯರ ಬೈಗುಳ

ಸ್ನೇಹಿತರ ಅಪಹಾಸ್ಯ

ಸಂಬಂಧಿಗಳ ನಿರ್ಲಕ್ಷ್ಯ

ಸಹಿಸಲಾಗದಷ್ಟು ಭಾದೆ

ಕುಗ್ಗಿತಾ ಮನಸ್ಸು||

ತಡಬಡಿಸುತ್ತಿದ್ದವು ಮಾತು,

ಬರವಣಿಗೆಯ ಯಾವುದೇ

ಮೆರೆವಣಿಗೆ ಇಲ್ಲದೆ,

ಅಸಹನೆಯಲಿ

ಕಂಬನಿಯಲ್ಲೇ ಈಜುತ್ತಾ,

ಧೈರ್ಯಮಾಡಲು

ಅಶಕ್ತನಾಗಿ,

ಮಾಡಲು ಇನ್ನೇನು

ಕಾಣದಿದ್ದಾಗ||

ಕಂಡಿತು ನನಗೆ,

ಬೆಳ್ಳಿಯ ರೇಖೆ,

ಕಾರ್ಮೋಡದಲ್ಲಿ,

ಹುಟ್ಟಿಬೆಳೆದ ಜಾಗಬಿಟ್ಟು,

ಕಾಯಕವೇ ಕೈಲಾಸವೆಂದ,

ಗುರುವನ್ನು

ಹಿಂಬಾಲಿಸಿದಾಗ,

ಕಷ್ಟವಾದರೂ, ಇಷ್ಟದಿಂದ

ದುಡಿ,

ಒಗ್ಗೊಟ್ಟು ಆ ಗುರುಮಾತಿಗೆ,

ಗುರುವಿನ

ಆಶೀರ್ವಾದದಿಂದ,

ಅವರು ತೋರಿದ ಮಾರ್ಗದಿ

ನಡೆದು,

ಕೃತಾರ್ಥನಾದೆ, ಮುಕ್ತನಾದೆ

||

20. ಕವಿತೆಯಾಗದ ಪದಗಳು

ಪದಪದ ಸೇರಿಸಿ,
ಪದಗಳ ಸರಪಳಿಯನ್ನು
ಅಲಂಕರಿಸಿ,
ಪ್ರಯತ್ನ ಪೂರಕವಾಗಿ
ಭಾವಭಾವದಲಿ,
ನನ್ನೆಲ್ಲ ಭಾವನೆಗಳ
ಗೀಚಿದರೂ,
ಪದಗಳು ಕವಿತೆಯಾಗಲಿಲ್ಲ

ವಸಂತ ಸಮೀಪಿಸಲು,
ಹೊಸಚಿಗುರೊಡೆದ ಪ್ರಕೃತಿ
ಎಷ್ಟೋ ಆಹ್ಲಾದಕರವಾಗಿ,

ಮನಸ್ಸಿಗೆ ಮುದ
ನೀಡಿದರೂ,
ಮರಗಳಮೇಲೆ, ಅದ್ಯಾವ
ಕೋಗಿಲೆಯು ಹಾಡಲಿಲ್ಲ

ಹಿಂದಿದ್ದ ಎಲ್ಲ ಗುಣಗಳು,
ಅವಗುಣದಂತೆ ಕಂಡು
ಪದ ಸ್ವರಗಳ ಅಪಸ್ವರ
ಜೋಡಣೆಯಲ್ಲಿ
ಲೀಲಾಜಾಲವಾಗಿ,
ನನ್ನ ಯಾವುದೇ ಹಾಡು,
ನನಗೂ ಸೇರಿದಂತೆ,
ಮತ್ಯಾರಿಗೂ
ಕೇಳಲಿಲ್ಲ.........

21. ಕಾರ್ಪೊರೇಟ್ ಜೀವನ

ರಾತ್ರಿ ಮನೆಗೆ ಮರುಳಲು,

ಘಂಟೆ ಹನ್ನೆರಡು,

ಊಟದ ಜ್ಞಾನವಿಲ್ಲದೇ,

ನೆನೆದು, ದಿನವಿಡೀ ಭಾದಿಸಿದ

ಕ್ಷಣಗಳಾ,

ಕೊಪ್ಪೋದ್ರೇಕ, ದುಃಖ

ಅಸಹನೆ, ಎಲ್ಲ ಭಾವನೆಗಳು,

ಒಮ್ಮೆಲೇ ಮೂಡಿ, ನಿದ್ರೆಲೂ

ನೆಮ್ಮದಿ ಕಾಣದೆ,

ಚಿಟಚಿಟ ಪಿರಿಪಿರಿ

ಡಾ. ಕೆ ಮಧುಕರ್

ಮುಂಜಾನೆ ಮೂಡಲು,

ಮಡದಿ ಮಾಡಿದ ಮೀಲ್ಸ್,

ಸವಿಯಲಾಗದೆ ಸೇವಿಸಿ,

ಧಡಧಡ ಬಡ ಬಡ ಎಂದು,

ಮಾಲಿನ್ಯದಲಿ ಈಜುತ್ತಾ,

ದೇಹ, ಮನ, ಬುದ್ಧಿ, ಜ್ಞಾನ

ವಿವೇಕ,

ಎಲ್ಲವೂ ಕಲುಷಿತವಾಗಿ

ಯಥಾಪ್ರಕಾರ,

ನಾ ಗಣಕಯಂತ್ರದ ಮುಂದೆ

ನನ್ನ ಗಣಕಯಂತ್ರ

ಮಾಂತ್ರಿಕನಂತೆ

ನನ್ನಾವರಿಸಿ, ಕೆಲಸ ಕೆಲ - ಸಲ

ಮಾಡಿ,

ರಾತ್ರಿ ಮನೆಗೆ ಮರುಳಲೂ.....

22. ತಾತ

ಕೈಯಲ್ಲಿ ಹಿಡಿದು ಕುಟಾಣಿ

ಆಸೆಯಿಂದ ತಂದು

ಚೆಕ್ಕುಲಿಗಳ,

ಅದರಂತೆಯೇ

ಕೋಡುಬಳೆಯೂ ಹಾಕಿ

ಕುಟ್ ಕುಟ್ ಎಂದು

ಹುಡಿಮಾಡಿ ತಿಂದ ತಾತ

ಮಲಗಿಸಿ ಮಗುವನ್ನು ತನ್ನ

ತೊಡೆಗಳಮೇಲೆ,

ಆಡಲು ಆಟಿಕೆಗಳ ತಂದು,

ಮಗುವಿನ ಜೊತೆ ತಾನು
ಮಗುವಾಗಿ ,
ಬೆರೆತು ಸಂತೋಷದಿ
ಸಂಭ್ರಮಿಸುವ ತಾತ.

ತನ್ನ ಅಗಾಧವಾದ
ಅನುಭವಗಳ,
ತಿಳಿಹೇಳಿ ಎಲ್ಲರಿಗೂ
ಕಥೆಗಳನ್ನಾಗಿಸಿ,
ತನ್ನ ಹುರುಪನ್ನು
ಸ್ಫೂರ್ತಿಯಾಗಿಸಿ,
ಪ್ರೀತಿಯ ಸಾರುವನೇ ನಮ್ಮ
ತಾತ

ಯಾವುದೇ ನ್ಯೂನತೆಗಳನ್ನು

ಲೆಕ್ಕಿಸದೆ,

ಯಾರೇ ಆಡಿಕೊಂಡರೂ

ಚಿಂತಿಸದೆ,

ಸದಾ ಏನೂ ಮೆಲಕು ಹಾಕಿ

ಮಗುವಂತೆ,

ತೃಪ್ತನಾಗಿರುವವನೇ ನಮ್ಮ

ಬಚ್ಚುಬಾಯಿ ತಾತ

23. <u>ನದಿ</u>

ಜಿನುಗಿ ಬೆಟ್ಟಗಳ ಮಡಿಲಲ್ಲಿ,

ಹುಟ್ಟಿ ಅಗೋಚರವಾಗಿ

ಬಂದು ಸೇರಿ ಬಸವನಬಾಯಿ

ಶಿವನಿಗೆ ಅಭಿಷೇಕ ಮಾಡುವ

ತಾಯಿ ನೀನ್ಯಾರು?

ಎರಡೇ ಹನಿಯಂತೆ ಕಂಡು

ಕಲ್ಯಾಣಿಗಳು ತುಂಬಿಕೊಂಡು

ಪ್ರಪಾತದಲ್ಲಿ ಜಾರಿ

ಸಾಗುವೆ ತೊರೆಯಾಗಿ,

ನೀನ್ಯಾರು?

ನುಂಗಿ ಮಳೆಯ ಹನಿ,

ಸೇರಿ ಮತ್ತಷ್ಟು ಸಂಗಮಗಳಲ್ಲಿ,

ಜೊತೆ ಜೊತೆ ನಡೆದು

ಸಾಗರವ ಸೇರಿ ಬಂದ

ದೇವತೆಯೇ ನೀನ್ಯಾರು?

ಗಂಗೆ, ತುಂಗೆ, ಕಾವೇರಿ,

ಯಮುನೆ,

ಎಲ್ಲ ಹೆಸರಿನ ತಾಯಿ ನೀನೆ,

ಭುವಿಯ ಜೀವಿಗಳ ದಾಹ

ತೀರಿಸೋ,

ನಿನ್ನ ಅರಿಯದೇ ಹೋದೆವು,

ನಾವು ಯಾರು???!!!

24. ಕನಸು

ಬಿದ್ದಾಗ ಕನಸುಗಳು,

ಏನೋ ವಿಚಿತ್ರವಾದ

ಅನುಭೂತಿ,

ಒಮ್ಮೊಮ್ಮೆ ಮಸುಕಾದ

ನೆನಪು,

ಒಮ್ಮೊಮ್ಮೆ ಏನೋ ಕಾಡುವ

ಭೀತಿ

ಆಲೋಚನೆ ಯಾವುದೊ

ಮನೆ ಮಾಡಿದಾಗ,

ಮೂಡುವ ಕನಸು,

ಕೆಟ್ಟದಾದರೆ ಮುನಿಸು?

ಕಂಡಾಗ ಕಾಡು ಮಲ್ಲೇಶ,

ಸಾವಿನ ಸಂದೇಶ!?

ಮತ್ತೆ ಮೂಡಿದ ಮನೆ,

ಇದಂತೂ ಸಾಲದ

ಯೋಚನೆ :(

ಎಲ್ಲ ಚೆಂದವಿದ್ದಾಗ,

ಕನಸು ಚಂದ,

ಏನೆ ಹೇಳಿ, ಅರ್ಥವಿಲ್ಲದಾ

ಕನಸಿಗೆ,

ಅರ್ಥೈಸಿ, ಬದುಕುವುದೇ

....

ಈ ಬಾಳಿನ ಆಶಾಕಿರಣ,

ಸ್ವಾರ್ಥ ||

25. ಅರ್ಥಹೀನ ಬದುಕು

ಇಲ್ಲಿಯ ವರೆಗೂ, ನಡೆಸಿಹೆ
ಹೋರಾಟ,

ಸಸಿಯಾದ ನಾ,
ಹೆಮ್ಮರಗಳೊಟ್ಟಿಗೆ ಬದುಕಲು,

ನೂಕಿ ಕೆಡವಿ ಅಕ್ಕಪಕ್ಕದ
ಹುಲ್ಲು, ಗಿಡವಾದೆ ಹೇಗೋ ,

ಆದರೂ ಕಾಣಲು ರವಿಯ,

ಇಣುಕಿ ದೊಡ್ಡ ದಟ್ಟ ಎಲೆಗಳ
ನಡುವೆ,

ಆದೆ ಹೆಮ್ಮರ ನಾ...

ಹೀಗೆ ಉದ್ದಕ್ಕೆ ಬೆಳದ ಜಂಭದಿ
ಮೆರೆದೆ,

ಆದರೆ ನನ್ನ ಸ್ಥಿತಿಯೇ,
ವಿಧಿಯೇ ...

ನೆರಳ ನೀಡದೆ, ಹೂವು
ಬೆಳೆಯದೆ,

ಯಾರ ಹಸಿವು ತೀರಿಸದೆ,
ಆತ್ಮತೃಪ್ತಿ ಸಿಗದೇ,

ಏಕೆ ಹೀಗೆ, ಎಂದು ಎಂದು
ಅನಿಸುತಿದೆ

ಈ ಜೀವನ ಜೀವ ನೀಡದೆ
ವ್ಯರ್ಥ ವಾಯಿತೇ,

ನನ್ನ ಹುಟ್ಟು,

ಅರ್ಥಹೀನವಾಯಿತೇ

26. ನಾ ಯಾರಿಗೆ ಶರಣಾದೆ

ಎಂದೂ ಪ್ರೀತಿಯೇ ನೀಡಿ

ಅಮ್ಮ,

ಏನೂ ಬಯಸದೇ,

ಅಗಲಿದಾಗ,

ಜೀವನವ ಒಂಟಿಯಾಗಿ

ಜೀವಿಸಲಾಗದೆ,

ದೂಷಿಸಿ, ದ್ವೇಷಿಸಿ,

ಕೋಪಿಸಿಕೊಂಡೆ ...

ತಾಯಿ ಮಮತೆ ಮರೆತು,

ನಾ ಯಾರಿಗೆ ಶರಣಾದೆ.

ಹೆಗಲ ನೀಡಿ, ಜೀವನವಿಡೀ,

ಬೆರಳು ಹಿಡಿದು ನಡೆಸಿದಾ

ಅಪ್ಪನ,

ಹೀಗೆ ಹೀಯಾಳಿಸಿ,

ಮುದುಕನೆಂದು ಅಸಹ್ಯಿಸಿ,

ಈಗ ಜಿಗುಪ್ಸೆ ಯಿಂದ , ನಾ

ಯಾರಿಗೆ ಶರಣಾದೆ,

ಶಾಲೆ, ಕಾಲೇಜು, ಓದು,

ಸ್ನೇಹಿತ,

ಗುರು ಸಂಬಂದಿಕರ, ಎಲ್ಲರ

ಎಲ್ಲವ ಮರೆತು,

ಒಂಟಿಯಾಗಿ ಸಾಗಿದಾಗ,

ದರ್ಪದಿಂದ,

ಡಾ. ಕೆ ಮಧುಕರ್

ಶರಣಾದೆನೆ ಯಾರಿಗಾದರೂ?

ಎಂದಾದರೂ ಶರಣಾದೆನೆ

ಯಾರಿಗಾದರೂ......

27. ಕನಸಿನ ಮೂಟೆ

ಕನಸಿನ ಮೂಟೆ ಹೊತ್ತು,
ನನ್ನೂರ ನಾ ಬಿಟ್ಟು,
ಏನೇನೊ ಊಹಿಸಿಕೊಂಡು,
ಬಂದಿರುವೆ ಬೆಂಗಳೂರಿಗೆ ||

ರೈತನ, ಗುರುವಿನ
ಮಗನಾಗಿ,
ವಿದ್ಯೆ ಅರ್ಧರ್ಧ ಕಲಿತು,
ಮನೆಯಲ್ಲಿಯೇ ಬೇಸೆತ್ತು,
ಬಂದಿಳಿದೆ ಬೆಂಗಳೂರಿಗೆ||

ಯಾವ ಆಶ್ರಯವೂ ಸಿಗದೇ,
ಕೆಲಸಕೂಡ ವಿಲ್ಲದೆ,

ಗೊಂದಲಗಳಲ್ಲಿ ಸಿಲುಕಿ,

ಮರಳಲೇನು ನನ್ನೂರಿಗೆ?

ಬಣ್ಣ ಬಣ್ಣದ ಬೆಳಕ ಕಂಡು,

ಬಣ್ಣದ ಮಾತಿಗೆ ಮರುಳಾಗಿ,

ಸಣ್ಣ ಜನರ ಸಣ್ಣತನವ
ಕಂಡು,

ಹೊರಡ ಬೇಕೆನಿಸಿತು
ನನ್ನೂರಿಗೆ.

ಅಲ್ಲಿಯ ಕೃತಕತೆ ಕಂಡು,

ಆ ಹಗೆ ಮಾಲಿನ್ಯ ಉಂಡು,

ನನ್ನ ಕನಸಿನ (ಉಪ್ಪಿನ)
ಮೂಟೆ ಕರಗಿ,

ವಾಸ್ತವದಿ ಜೀವ ನಲುಗಿ,

ಸದ್ಯ ಬಂದಿರುವೆ ನನ್ನೂರಿಗೆ!!!

28. ಹೋರಾಟ

ನಡಿಗೆಯಲ್ಲಿ ನಡುಕವಿರಲು,
ಕಂಗಳಲ್ಲಿ ಕಂಬನಿ ಸುರಿಯಲು,
ಕೈಗಳ ಎತ್ತಲಾಗದೆ ಮೇಲಕ್ಕೆ,
ನೋವಾಗಿರಲು ಮೈಯೆಲ್ಲ ,
ಬದುಕಲೇಬೇಕೆಂಬ ಹೋರಾಟ||

ಮನದಲ್ಲಿ ದ್ವಂದ್ವವಿರಲು,
ಏನೂ ನಿರ್ಧರಿಸಲಾಗದಿರಲು,
ಏನೋ ಭಯಮೂಡಿ ಮನದಲಿ,
ಭ್ರಾಂತಿ ಕಾಡಿದಾಗ, ಅಸ್ತಿತ್ವದ
ಹೋರಾಟ||

ಅವರಿವರ ಮಾತಿಗೆ ಮರುಳಾಗಿ,

ಅವರಿವರ ಓಲೈಸಲು ಹೋಗಿ,

ಮತ್ತೊಬ್ಬರ ತಾಳಕ್ಕೆ ಹಾಡಿ,

ತನ್ನ ರಾಗವ ಮರೆತಾಗ,

ನಮಗೆ ನಾವ್ಯಾರೆಂಬ ಗೊಂದಲದ
ಹೋರಾಟ||

29. ಗೊಂದಲ ಮನಸ್ಸು

ಈಗೇಕೋ ಮಾತುಬಾರದಿರಲು,

ಮನಸ್ಸೇ ಮಾತನಾಡಿಸುತಿತ್ತು .

ನಾಲಿಗೆ ಎಷ್ಟೇ ಗೊಂದಲಕ್ಕೆಡೆ

ಮಾಡಿದರೂ,

ನನ್ನ ಮನಸ್ಸೇ ಸಂತೈಸುತ್ತಿತ್ತು .

ಮನಸ್ಸೇ

ಗೊಂದಲಕ್ಕೀಡಾದಂತಾದಾಗ,

ಏನೂ

ಮಾಡಲಾಗದಂತಾಗುತಿತ್ತು.

ಮನವಿದ್ದಾಗ ಹುಮ್ಮಸ್ಸಿನಿಂದ,

ದೇಹ ಉಲ್ಲಾಸದಿಂದಿತ್ತು,

ನಿಸ್ತೆಜವಾಗಲು ಮನಸ್ಸು,

ದೇಹ ವಯಸ್ಸಾದಂತಿತ್ತು.

ಮನಸ್ಸು ತೆರೆದಂತಿದ್ದಾಗ,

ಒಳ ಹೊರ ಹರಿಯುತ್ತಿತ್ತು

ಜ್ಞಾನ,

ಕದ ತೆಗೆಯದಾ ಮನಸ್ಸು,

ಅಜ್ಞಾನಿ ಏನೋ?

ಡಾ. ಕೆ ಮಧುಕರ್

ದೇಹ ಮನ ಒಂದಾಗಿದ್ದಾರೆ ,

ಬುದ್ಧಿ ಸ್ಥಿರ ವೇನೋ?

ಎರಡು ಬೇರೆಯಾಗಿದ್ದೋಡೆ,

ಮರಣವೇ ಮರಣವೇ ಏನೋ?

30. ಅಹಂಕಾರ ನರ್ತನವಾಡಿದಾಗ

ತಲೆ ಹೆಗಲಮೇಲಿಲ್ಲವಂತೆ,

ಕಾಲುಗಳು ಭುವಿಯ
ಮೇಲಿಲ್ಲವಂತೆ,

ಮನಸ್ಸು ಜಲಪಾತದಂತೆ,
ಭೋರ್ಗರೆಯುವುದಂತೆ,

ಅಹಂಕಾರ ನರ್ತನವಾಡಿದಾಗ||

ಅವರಿವರ ಪರಿವೆ ಇಲ್ಲವಂತೆ,

ಮಾತುಗಳು ಬಿಗಿಯಿಲ್ಲವಂತೆ,

ಹಿರಿಯರು ಕಿರಿಯರು
ಅಬೇಧವಂತೆ,

ದುರ್ವ್ಯವಹಾರ ಕಟ್ಟಿಟ್ಟ
ಬುಟ್ಟಿಯಂತೆ,

ಅಹಂಕಾರ ನರ್ತನವಾಡಿದಾಗ ||

ನಾನು ನಾನೆಂದು ಮರೆತು ಜಗವ,

ತೋರಿ ಎಲ್ಲರ ಬಗೆಗಿನ ನಿರ್ಲಕ್ಷ್ಯ,

ಜಗವೇ ಕಾಲಡಿಗೆ ಕಂಡಂತೆ ಭಾಸವಾಗಿ,

ಯಾರ ಮಾತು, ಯಾವುದು ಒಗ್ಗದೆ ಇರುವುದೇ,

ಅಹಂಕಾರ ನರ್ತನವಾಡಿದಾಗ ||

31. ನಿನ್ನ ನೆನಪು

ಮರೆತುಬಿಡು ಎಂದರೆ,

ಹೇಗೆ ಮರೆಯಲಿ ನಿನ್ನ ಪ್ರೀತಿಯ,

ಹೇಗೆ ಮರೆಯಲಿ ನಿನ್ನ ಅಕ್ಕರೆಯ,

ನಿನ್ನ ಪ್ರೀತಿ ಹೂವು ಕಂಡರೂ,

ನಿನ್ನ ಕೋಪ ಕೆಂಡದಂತಿತ್ತಲ್ಲ,

ನಿನ್ನ ನಡವಳಿಕೆ ಮುಳ್ಳಾಗಲು

ಹೇಗೆ ಸಹಿಸಲಿ, ಈ ನೋವಿನಾ
ಬೇಗೆ?

ಬೇಡ ಬೇಡ ಎಂತ ಎಷ್ಟೋ
ಹೇಳಿದರೂ,

ಈ ನೆನಪು ಮತ್ತೆ ಕಾಡಿ ಕದಡಿ ,

ಕೆಡಿಸಿಹುದು ಮನಃಶಾಂತಿ ,

ಏಕೆ ಈ ಶಿಕ್ಷೆ, ಇದೆಂತರ ಕ್ರಾಂತಿ!

ಸಾಲುಗಳಾಗಿ ಮನದಿ ಮೂಡಿರುವ,
ಈ ಭಾವನೆ,

ಶಾಯಿಯಿಂದ ಗೀಚಿ ಮನ
ತಿಳಿಯಾದಂತೆ,

ನೀ ನೆನಪಲ್ಲಿ, ನಿನ್ನ ನೆನಪಿಂದ,

ನನಗೆ ನೋವೆಂದು, ನೀನಾಗಿಯೇ

ನನ್ನಿಂದ, ನೆಪಮಾತ್ರಕ್ಕಾದ್ರೂ,

ನನ್ನಗಲುವೆಯ, ನೆಮ್ಮದಿ
ನೀಡುವೆಯ?

32. ಬಿಂಬ

ಎಲ್ಲೆಡೇ ಬೆಚ್ಚುವಂತಹಾ ಕತ್ತಲು,

ಓಹೋ ಅದೆಂತಹಾ ದುಸ್ಥಿತಿ ,

ಕಣ್ಣು ಮುಚ್ಚಿರುವುದೋ ,
ತೆರೆದಿರುವುದೂ,

ತಿಳೀಯದಾ ಅಪಸ್ಮಾರ.

ಹೀಗಿರಲು ಕಾಲಡಿಯಲಿ,

ಒರಟಾಗಿ ಏನೋ ಒಂದು,

ಕೈಗೆತ್ತಿದಾಗ ಸಿಕ್ಕಿದ್ದು,

ಬೆಂಕಿ ಪೊಟ್ಟಣ ಒಂದು,

ಒಮ್ಮೆಲೇ ಸಂತಸ ಗೊಂಡು,

ಬೆಂಕಿಯ ಕಿಡಿ ಹಚ್ಚಲು,

ಕಂಡಿತು ಆ ಮೊಬ್ಬಲ್ಲಿ,
ಪ್ರತಿಬಿಂಬವು ಹಲವು,

ಆಗ, ನೋಡಿದಾಗ ಹಿಂತಿರುಗಿ,
ಆ ಮಂದ ಬೆಳಕಲ್ಲಿ,
ಚೂರು, ಚೂರು ಕನ್ನಡಿಗಳಲ್ಲಿ,
ನನ್ನನೇ ಧಿಟ್ಟಿಸುತ್ತಿದವು ,
ಕ್ರೂರವಾಗಿ ಅಳುತ್ತ ಕಣ್ಣುಗಳು!

33. ಕಾಗೆ

ಅಂದುಕೊಂಡಿದ್ದೆ ನಾನು,

ನಾ ಹಾಡುವ ಕೋಗಿಲೆ

ನಾ ಹಾಡಿದಾಗ ಮಾಮರವು
ತೂಗಿತೆಂದು

ನಾ ದನಿ ಇತ್ತು ಕರೆದಾಗ,

ನನ್ನಗೆಳೆಯರು ಬರುವರೆಂದು,

ಎಲ್ಲರೂ ನನ್ನ ಕಂಠಕ್ಕೆ
ಸೋತಿಹರೆಂದು.

ಎಷ್ಟೋ ಬಾರಿ ಎಲ್ಲರನ್ನು ಕೂಗಿ
ಕಲೆಹಾಕಿ,

ಹಾಡ್ತಿದ್ದೆ ಸಂತಸದಿಂದ

ಹಾಗೆ ಹಾರಿ ಸೇರಿದೆ ಪಟ್ಟಣ,

ಇಲ್ಲೋ ಬರಿ ಮನುಷ್ಯ ಮಾಲಿನ್ಯ,

ಆದರೂ ಅವರನ್ನ ಮಂತ್ರ ಮುಗ್ಧ
ನಾಗಿಸಬಲ್ಲೆ,

ಅದೇ ಆತ್ಮವಿಶ್ವಾಸದಿ ಜೋರಾಗಿ
ಹಾಡಿದೆ,

ಷೋ ವಿಶೂ ಎಂತೆಂದೆಲ್ಲ ಅಂದ
ಮಾನವ,

ಎಲ್ಲೆಹೋಗಲಿ ಹಂಗಿಸಿ
ಹೀಯಾಳಿಸಿದನೋ,

ಕಲ್ಲೆಸೆದು ಹಲ್ಲೆ ಮಾಡಿ,

ಸಂತಸದಿ ಲಲ್ಲೆ ಹಾಕಿದನು,

ಆಗ ಬಂದ ನನ್ನ ಸ್ನೇಹಿತ, ನೀ
ಕಿರಚ ಬೇಡವೆಂದ.

ನೀ ಮತ್ತೆ ಹೋಗು ಕಾಡಿಗೇ ಎಂದ .

ವಿವರಿಸಿದಾಗ ನಾ, ನಕ್ಕು ಅಯ್ಯೋ
ಮಂಕೆ,

ನೀ ಕಾಗೆ, ನ - ನೀ ಎಲ್ಲ ಕಾಗೆಗಳೇ

ಕೋಗಿಲೆ ಅಲ್ಲ ಎಂದ.

ಭ್ರಮೆಯಿಂದ ವಾಸ್ತವತೆಗೆ ಬಂದು,

ಮತ್ತೆ ಹಾರಿದೆ ನನ್ನ ಪ್ರದೇಶಕೆ,
ಕಾಡ ಸ್ವದೇಶಕ್ಕೆ.

34. ಹೀಗೊಂದು ಪಯಣ

ಏನೆಂದು ಬರೆಯಲಿ, ಒಂದು
ಪಯಣದ ಬಗೆಗೆ

ಸಾಗಿದ್ದರು ಎಲ್ಲರೂ ಜೊತೆ
ಜೊತೆಗೆ

ಆಡುತ್ತಿದ್ದರು ಜುಟಾಟ ಕೋಲಾಟ
ಕುಂಟೆಬಿಲ್ಲೆ

ನೋವಿಲ್ಲದೆ ನಲಿಯುತ್ತಿದ್ದರು

ಸಿಕ್ಕರೂ ಕಾಲ್ಗಳಿಗೆ ಕಲ್ಲು ಮುಳ್ಳೆ

ಮಧ್ಯಾನ್ಹ ಹೊರ ಮೆಟ್ಟಲಾಗದೆ
ಹೊಸಿಲು

ಹೇಗೋ ಹೊರಟರು ಆಗಲು,

ನಿಲ್ಲದೆ ನಿಲ್ಲದಾಗಲು !

ಮುಳ್ಳು, ಬಿಸಿಲು ದಣಿದ ಕಾಲು
ಆಯಾಸದ ಬಳಲಿ ದಿಕ್ಕಾಪಾಲಾಗಿ
ಎಲ್ಲರೂ
ಹರಿಸಿದರು ಬೆವರು ನೆತ್ತರು

ಉಳಿಸಿದರು ಉಳಿಯಿತು ಅವರ
ಹೆಸರು
ಅಂತೂ ಬೆಳಕಿಗೆ ಬಂದರು
ಇರುಳಿನಲ್ಲಿ
ಚಿಗುರಿತು ಅರಳಿತು ಮನಸ್ಸು
ಗೆಲುವಿನಲ್ಲಿ
ಮತ್ತೊಮ್ಮೆ ಬೀಗಿದರು ನಲಿವಿನಲ್ಲಿ
ಹರುಷದಿಂದ ಒಂದಾದರೂ
ಮುಂದೆಲ್ಲ ಪಯಣದಲ್ಲಿ

35. ದಾರಿ

ಹೀಗೇಕೆ ಇರುವುದು ಈ ದಾರಿ
ಕಲ್ಲು ಮುಳ್ಳುಗಳು ಚುಚ್ಚುತ್ತಾ
ಮರಳಿನೊಳಗಡೆ ಕುಸಿಯುತ್ತ
ಬಿರುಕು ಬಿದ್ದಂತೆ ಹೇಳಕೆ ಎದ್ದಂತೆ

ಹೀಗೆ ಏಕೆ ಇರುವುದು ಈ ದಾರಿ
ನನ್ನದು ಮಾತ್ರ ಕಷ್ಟವೆನಿಸಿ
ಮತ್ತೊಬ್ಬನದು ಸುಲಭ ಕಂಡು
ಕೇಳಲು ಅವನ ಕಥೆಯ
ನೋವಲ್ಲದೆ ಮತ್ತೇನು ಕಾಣದೆ
ಬ್ರಹ್ಮನಿರಸವಾಗಿ ಮತ್ತೆ ಪ್ರಶ್ನಿಸಲು

ವಯಸ್ಸಾದಂತೆ ಲೌಕಿಕ ಬೆಳೆದಂತೆ

ಅನುಭವದಿ ತಿಳಿಯಿತು

ಎಲ್ಲರ ದಾರಿಯು ನದಿಯ
ದಾರಿಯಂತೆ

ಎಷ್ಟೋ ನಿಲುಗಡೆ ಇರಲು
ತೊರೆಗಳಂತೆ

ಸಾಗಬೇಕು ಮುಂದೆ ಎಂದೆಂದೂ

ಸಾಗರದ ಗುರಿ ಸೇರಲು

ಮತ್ತೆಂದು ಪ್ರಶ್ನಿಸದೆ

ಹೀಗೇಕೆ ಇರುವುದು ಈ ದಾರಿ

36. ಸುಮ್ಮನಿರುವನ ಪ್ರಶ್ನೆ

ನಾ ಹಿಂಗೇ ಅವಂಗೆ ಇವ ಹೀಗೆ ಏಕೆ

ಹೆಂಗೆ ಹೆಂಗೆ

ಉದ್ಭವಿಸುವುದು ಮನದಲ್ಲಿ

ಅವಂಗೆ ಅದು ಅವನ ಕರ್ಮ

ಇವ ಹಿಂಗೇ ಇದು ಇವನ ಕರ್ಮ

ಈ ಕರ್ಮದಲ್ಲಿ ಏನಿದೆಯೋ
ಮರ್ಮ?

ಹಾರುವ ಪಕ್ಷಿಗೆ ನಡೆದಾಡುವ
ಪಶುಗಳಿಗೆ

ನಿಂತಿರುವಾಗ ವೃಕ್ಷ ಗಿಡಗಳಿಗೆ,

ಹರಿಯುವ ನದಿಗೆ, ಇಲ್ಲದ ಈ ಪ್ರಶ್ನೆ
ನಮಗೇಕೆ ?

ತಮಗೆ ತನ್ನ ತಾವಾಗಿ ಇರುವ
ಪ್ರಕೃತಿಗೆ

ಎಂದು ಬಾರದ ಈ ಪ್ರಶ್ನೆ

ಸೋಮಾರಿಯಾಗಿ ವ್ಯವಹರಿಸುತ್ತಾ

ತನ್ನನ್ನೇ ಬಣ್ಣಿಸಿಕೊಂಡಿರುವ

ಒಬ್ಬ ನನಗೆ ನನ್ನಂತವನಿಗೆ
ಮಾತ್ರವೇ

ಕಾಡಿತೆ

ನಾ ಹಿಂಗೇ ನೀ ಹಂಗೆ ಅವೇಕೆ
ಹೆಂಗ್ ಹೆಂಗ್

37. ನಾ ಹೆಚ್ಚು ನೀ ಕಮ್ಮಿ

ನಾ ಹೆಚ್ಚು ನೀ ಕಮ್ಮಿ
ಈ ಹಣ್ಣು ಎಲ್ಲಿಂದ
ಏನು ಸಾಧಿಸಿದವನದು
ಏಕೆ ಈ ಅಂಧಕಾರ
ಎಲ್ಲವೂ ಕಾಣುವಂತಿದ್ದರು
ಈ ಭಾವದಿ ಏನು ಕಾಣದಿರಲು
ನಾ ಹೆಚ್ಚು ನೀ ಕಮ್ಮಿ
ಈ ಹಮ್ಮು ಎಲ್ಲಿಂದ
ಏನು ಸಾಧಿಸಿರುವನದೆ ?
ಏನು ಮಾಡದವನದ ?
ಬರೇ ನನ್ನ ನಾ ನೋಡುತಿಹೆ
ಬಿಟ್ಟರೆ ನನ್ನಯ ಮಮಕಾರ

ಕಾಣುವುದು ಜಗವೆಲ್ಲ

ಅಲ್ಲಗಳೆಯದೆ ಏನು

ತಿರಸ್ಕರಿಸದೆ ಯಾರನ್ನು

ನೋಡಿದಾಗ ಸಮಭಾವದಿ

ಸಮಚಿತ್ತತೆ ಎಂದು,
ಮೂಡುವುದು

ನಾ ಬೇರಲ್ಲ, ಅವ ಬೇರಲ್ಲ

ನಾ ಎಲ್ಲರ ಹಾಗೆಯೇ

ನಾ ಕಾಣೆ !!!

38. ಕಷ್ಟಕ್ಕೆ ಕಷ್ಟ

ಕಷ್ಟ ಕಷ್ಟವೆಂದು ಏಕೆ ದಿಗಿಲು
ದುಃಖಿಸುವುದು ಮನ

ರೈತನಿಗೆ ವ್ಯವಸಾಯ
ಮಳೆಗೆ ಬಾರದೆ ಕಷ್ಟ
ಜನರಿಗೆ ಬಿಸಿಲಿನ ಬೇಗೆ
ಕೆಲಸ ಮಾಡಲು ಕಷ್ಟ

ಎಂದು ಸೋಮಾರಿಯಾಗಿ
ಇರುವವರಿಗೆ
ಎಲ್ಲವನು ದೂಷಿಸಿ ಕೊಂಡಿರುವಗೆ
ಏನು ತೋಚದೆ ಎಲ್ಲೆಲ್ಲಿಯೂ

ಯಾವಾಗಲೂ ಕಷ್ಟ ಕಷ್ಟ ಕಷ್ಟ
ಕಷ್ಟ

ತಲೆ ಮೇಲೆ ತಂಪಾದ ಗಾಳಿ
ಮೈ ಮುಚ್ಚಲು ನವಿರಾದ ರವಿಕೆ
ಕೈ ಕಾಲು ತಾಚಲು ಮೇಜು
ದೀವಾನ
ಈ ಮಧ್ಯೆ ಎಲ್ಲಿದೆಯೋ ಕಷ್ಟ ಕಷ್ಟ
ಕಷ್ಟ ಕಷ್ಟ

ಒಮ್ಮೆ ನೋಡಲು
ದಿಗಿಲು ಬಿಟ್ಟು ಮತ್ತೆ ಮತ್ತೆ
ಜೀವನದಿ ಹೋರಾಡುವಗೆ
ಎಲ್ಲಿದೆಯೋ ಕಷ್ಟ

ದುಃಖ ಬಿಟ್ಟು ಸಹಿಷ್ಣುತೆ ಇಂದ
ಇರುವವರಿಗೆ

ಕಷ್ಟನೇ ಇಷ್ಟಪಟ್ಟು ರಟ್ಟೆ
ಬಿರುದು ಶಕ್ತಿ ಇರಿದು

ದುಡಿಯುವವನಿಗೆ ಎಲ್ಲವೂ ದೈವ
ಇಷ್ಟೇ ಎಂದಷ್ಟೇ

ನಂಬುವವಾಗೆ ಎಲ್ಲಿದೆಯೋ ಕಷ್ಟ

ನಿಷ್ಕನಾದ ವಗೆ ಹತ್ತಿರ
ಸುಳಿಯುವುದೇ ಕಷ್ಟ

ಕಷ್ಟಕ್ಕೆ ಕಷ್ಟ ಬಂದು ಓಡುವುದು
ಕಷ್ಟ

39. ಏಕೆ ಸಾಕೆ

ಏಕೆ ಏಕೆ ಏಕೆ

ಎಂದು ಪ್ರಶ್ನಿಸುವುದು ಏಕೆ

ಗೊತ್ತಿಲ್ಲದ ಗೊತ್ತಾಗದ
ವಿಷಯಗಳ

ಪ್ರಸ್ತಾಪಿಸುವುದು ಏಕೆ

ಹಿಂದೆ ಆಗಿದ್ದೆಲ್ಲ ಗೌಣ

ಮುಂದಾಗುವುದು ಅಗೋಚರ

ಇಂದು ಇಂದ ಆಗಿದ್ದರೆ ಸಾಕೆ

ಈಗ ನಾಳೆಯ ಬಗ್ಗೆ ಹಗಲು ಕನಸು
ಕಂಡು

ಮತ್ತೆ ನಿನ್ನೆಯ ಚಿಂತಿಸುತ್ತಾ
ಶಪಿಸುತ್ತ

ಡಾ. ಕೆ ಮಧುಕರ್

ಗೊಂದಲಕ್ಕೀಡಾಗುವುದು ಏಕೆ

ಏನು ಪ್ರಶ್ನಿಸದೆ

ಅಂತರ್ಮುಖಿಯಾಗಿ

ಅರಿವು ಹೊಂದಿದರೆ ಸಾಕು ಸಾಕು ಸಾಕೆ

40. ತೂಕ

ತೂಕವು ಹೆಚ್ಚಿದರೆ ಏನು
ಸಿಹಿಯನ್ನು ಸವಿಯಲು ವೇನು
ಓಡಿದರು ಯೋಗ ಮಾಡಿದರು
ತೂಕವು ಇಳಿಯುವುದು ಏನು ?

ವಿಧ ವಿಧವಾದ ತಿನಿಸುಗಳು
ತಿನ್ನುವುದೇ ಹರುಷ ಹಂಬಲಗಳು
ವರುಷ ವೀಡಿ ಹಬ್ಬ ಮಾಡಿ
ಕುಳಿತು ತಿಂದಾಗ ಬಂದ ಬೊಜ್ಜು
ವದು
ಕಣ್ಮುಚ್ಚಲು ಮೂಗು ಅರಳದೆ,
ಘಮಘಮಿಸುತ್ತಿರುವಾಗ

ಚಕ್ಕುಲಿ ನಿಪ್ಪಟ್ಟು ಹಗೆಯಾಗಿ

ಎಣ್ಣೆ ಪದಾರ್ಥ ದೂರಾಗಿ

ಹಲಸು ಮಾವು ತಿನ್ನದೆ ಖಿನ್ನತೆ
ಯಾಗಿ

ಕಡು ಬಯಕೆ ಬಂದು ಹಸಿವಾಗಿ

ಏನನ್ನು ತಿನ್ನಲಿ
ಎಂದೆನಿಸುತ್ತಿರುವಾಗ

ತೂಕವು ಹೆಚ್ಚಿದರೆ ಏನು

ಸಿಹಿಯನ್ನು ಸವಿಯಲು ವೇನು

ಓಡಿದರು ಯೋಗ ಮಾಡಿದರು

ತೂಕವು ಇಳಿಯುವುದು ಏನು

41. ಬೇಕು ಬೇಡ

ಇದು ಬೇಕು ಅದು ಬೇಕು
ಮತ್ತೊಂದು ಬೇಕು

ಈ ಬೇಕುಗಳ ಸರಮಾಲೆಗೆ ಇಲ್ಲವೇ
ಬ್ರೇಕು

ನಿಲ್ಲುವುದೇ ಅಲ್ಲವೇ ಬೇಕೆಂಬುದು

ಎಂದಾದರೂ

ನಿಲ್ಲುವುದೇ ಅಲ್ಲವೇ?

ಚಪಲತೆ ಗೆ ಚಂಚಲತೆಗೆ

ಕುತೂಹಲ ಕೌತುಕಗಳಿಗೆ

ಹಾಕಿದಾಗ ಮನಸ್ಸಿಗೆ ಕಡಿವಾಣ

ಬೇಕೆಂಬುದು ನಿಲ್ಲುವುದೇ ಅಲ್ಲವೇ

ಹೊರಬಂದಾಗ ಆಸೆಯ
ಭ್ರಮೆಯಿಂದ

ದುರಾಸೆಯ ಮೃಗ ತೃಷ್ಣೆ
ಓಡುವುದಲವೆ

ಮುರಿದ ಮನ ದಣಿದು ಮೇಲೆ

ಎಂದಾದರೂ ಬೇಕು ಬೇಡ
ಆಗಲಾರದೆ

ಬೇಡವಾಗಿದೆ ಎಲ್ಲವೂ ಅಭಾವ
ವೈರಾಗ್ಯದಲ್ಲಿ

ದೃಢ ಸಂಕಲ್ಪಕ್ಕೆ ಎಡೇಮಾಡಿ
ಮನವ

ಕೇಂದ್ರೀಕರಿಸಿ ಕರೆಸಿ
ಅಲೌಕಿಕತೆಯನ್ನು,

ಚಿಂತಿಸಿದಾಗ ಮಾತ್ರವಲ್ಲವೇ
ನಿಶ್ಚಿಂತ

ಈ ಬೇಕು ಬೇಡಗಳ ಅಂತ ....

42. ಓ ಅಹಂಕಾರಿ

ಓ ದೇವನೇ,
ನಿನಗಿಂತ ಅಹಂಕಾರಿ ಯಾರು?

ಎಂದೂ ಯಾರಿಗೂ ಕಾಣದೆ
ಕಣ್ಮರೆಯಲ್ಲಿ ಅವರ
ಆಟವಾಡಿ ಜೀವನದಲ್ಲಿ
ಏನು ತಿಳಿಯದಂತಿರುವ
ನೀ ಕೀಳಾದಿಯೇ ಸರಿ

ಸುಖ ಬಯಸುವಾಗೆ ಕಷ್ಟ ಕೊಟ್ಟು,
ನಿನ್ನ ಮೊರೆ ಹೋಗುವಂತೆನಿಸಿ
ಮತ್ತೆ ನಿನ್ನ ಕಾಲ್ಬಳಿ ಅವನ
ಸೇವಿಸುವ ನೀ ನಿರ್ದಯಿಯೇ ಸರಿ

ಅವರಲ್ಲಿ ಇವರ ಬಿಂಬ
ಇವರಲ್ಲಿ ಅವರ ಪ್ರತಿಬಿಂಬ
ಎಲ್ಲರಲ್ಲೂ ಕಾಣುವಂತೆ ಜಂಭ
ನಿನ್ನಿಂದಲೇ ಅಲ್ಲವೇ ಆರಂಭ

ನೀನೆ ನೀನೆ ಎಂಬುವಗೆ
ನಿನ್ನ ಲಕ್ಷಣಗಳಾದ
ಸತ್, ಚಿತ್, ಆನಂದದ
ಗುಣ ಉಳ್ಳವಗೆ
ನಡೆಸಿ ,
ಅವನಲ್ಲಿ ನಿನ್ನ ಬಗೆ
ಮೂಡಿಸಿ ಮುಗುಳ್ನಗೆ,
ತೋರುವೆಯೇನು ನಿನ್ನ
ಅಹಂಕಾರದ ಬಗೆ???

43. ವಸಂತ

ಮತ್ತೆ ಬಂತು ವಸಂತ

ಹೊಸ ಚಿಗುರುಗಳ ಹೊತ್ತು

ಹೊಸ ಹುರುಪು ತೆತ್ತು

ಮತ್ತೆ ಹೊಸದನ್ನು ಬಿತ್ತು

ಮತ್ತೆ ಬಂತು ವಸಂತ

ಪ್ರೇರೇಪಿಸಿ ಹೊಸದನ್ನು
ಮಾಡಂತ

ಎಲ್ಲೊ ಇದ್ದ ಕೋಗಿಲೆಯ ಕರಿಸಿ

ಅದರ ಗಾನದಿ ಮುದವ ನೀಡುತ್ತಾ

ಮತ್ತೆ ಬಂತು ವಸಂತ

ಉಣಬಯಸಿ ಹಲವಾರು
ಮಾವುಗಳ,

ಹಲಸನ್ನು ಕೂಡ ಜೊತೆಗಿರಿಸಿ

ತುಂಬ ಆಹ್ಲಾದ ನೀಡುತ್ತಾ

ಮತ್ತೆ ಬಂತು ವಸಂತ

ಏನೋ ಶುರುವಾದಂತೆ

ಮೊದಲಿನಿಂದ ಎಲ್ಲವನ್ನು ಮತ್ತೆ

ತಪ್ಪಿರದೆ ಮಾಡುವಂತೆ

ಅನುಮಾಡಿ ಕೊಟ್ಟಂತೆ

ಮತ್ತೆ ಬಂತು ವಸಂತ, ಮತ್ತೆ
ಬಂತು ವಸಂತ.....

44. ಪಂಜರದ ಗಿಳಿ

ಹೇಗೆ ಬಿಡಿಸಿಕೊಳ್ಳಲಿ
ಈ ಸೆರೆವಾಸದಿಂದ
ಈ ಪಂಜರವನ್ನು ತೆರೆಯಲೂ,
ನನ್ನಲಿಲ್ಲ ಅದರ ಕೀಲಿ ಕೈ
ಈ ಕಬ್ಬಿಣವ ಕಾಯಿಸಲು
ಬೆಂಕಿಯೂ ನನ್ನಲಿಲ್ಲ.
ಅಯ್ಯೋ, ಸುಡಲುಹೋಗಿ ಅದನ್ನ
ಸುಟ್ಟುಹೋದರೆ ನಾ??
ಈ ಸರಪಳಿಯ ಕಡಿಯಲೂ,
ಗರಗಸ ಎಲ್ಲಿಂದ ತರಲಿ,
ಒಪ್ಪಲೇ ಬೇಕೇ ? ಈ ಸೆರೆವಾಸ.
ಬೇಕು ಬೇರೊಂದು ಕೈ ಯಾ
ಆಸರೆ,

ಈ ಬಂಧನದಿಂದ ಮುಕ್ತವಾಗಲು.

ಬೇಕೇ ಬೇಕು ಬೇರೊಂದು ಕೈ
ಯಾ ಆಸರೆ,

ಈ ಬಂಧನದಿಂದ ಮುಕ್ತವಾಗಲು.

45. ಸ್ವತಂತ್ರ ಗಿಳಿ

ಮರೆತಿರುವೆ ನಾ, ಹಾರುವುದನ್ನ,

ಈ ಪಂಜರ ತೆರೆದರೂ,

ಸ್ವತಂತ್ರ ಸಂತಸ ತಂದರೂ,

ಅನುಭವಿಸಲು
ಅನುಭವವಿಲ್ಲದಾಗಿದೆ

ಓ ಅಲ್ಲಿ ಯಾರಲ್ಲಿ, ಗಿಳಿಗಳ
ಗುಂಪು,

ಅಬ್ಬಾ ಅಂತೂ ಒಂದು
ನೋಡಿತು ನನ್ನ ತಂಗಿ,

ಬಾರೆ ಬಾರೆ ಎಂದ ನನ್ನ ಕರೆಗೆ
ಓಗೊಟ್ಟು,

ಆಹಾ ಇದೇನಿದು ಮತ್ತಿಬರು

ಅಕ್ಕಂದಿರು,

ಅಂತೂ ಆದೆ ಮುಕ್ತ,

ಸೆರೆವಾಸದ ದಣಿವಿನಿಂದ,

ಸ್ವಾತಂತ್ರ್ಯದ ಸವಿಯನ್ನೀಗ
ಉಂಡು,

ಅಕ್ಕಂದಿರ ಸಹಾಯದಿ, ಹಾರುತ
ಹಾರುತ,

ಮತ್ತೆ ಹಾರುತ

46. ಆಕಾಶದಲ್ಲಿ ಸೈಕಲ್

ನಾನು ಸೈಕಲ್ಲಿನ ಮೇಲೆ

ಆಕಾಶದಿ ಹಾರುತ್ತಾ

ಅದೆಷ್ಟೋ ಮೈಲಿಗಟ್ಟಲೆ

ಮುಂದೆ ಸಾಗಿ ಅಲೆಗಳಂತೆ

ಅಂಗಾತವಾದಂತಾಗಿ ಒಮ್ಮೆಲೆ

ಮತ್ತೆ ಮತ್ತೆ ಗಟ್ಟಿಯಾದ ವಸ್ತು

ಸಿಕ್ಕುತ್ತಾ ಪಾದದಡಿಗೆ

ಕೆಳಕ್ಕೆ ಇಳಿದಂತೆ ಭಾಸವಾಗಿ

ಮೋಡಗಳ ಮೇಲೆ

ಆದರೆ ಮಾತ್ರ ಕಾಲಡಿಯಲ್ಲಿ

ಏನು ಗಟ್ಟಿಯಾದ ಪದಾರ್ಥ

ಏನೆಂದು ನೋಡಲು ಕಾಲ್ಗಳ
ಆಡಿಸಿದೆ

ಚಾಡಿ ಸಿದೆ ಅಯ್ಯೋ ಎಂದು ಕೂಗಿ
ಎಚ್ಚರವಾದೆ

ಮೋಡವು ಹಾಸಿಗೆ ಮತ್ತು ಕಾಲ್
ಗಳಿಗೆ ಸಿಕ್ಕ ಎದುರು ಗೋಡೆ

ಛೆ ಛೆ ಛೆ ಛೆ ಛೆ ಕನಸು ಎಂದು
ಪೆಚ್ಚಾದೆ

47. ಅವನ ಅರಿವು

ಅವನ ಅರಿವು
ಇದೆಯಾ ಯಾರಿಗಾದರೂ?
ಸೃಷ್ಟಿ ಅವನೇ ಒಬ್ಬನಿಗೆ
ಅವನೇ ನಿರಾಕಾರ
ಸಾಕಾರ ಸ್ವಯಂ ರೂಪಿ
ಮತ್ತೊಬ್ಬನಿಗೆ ಅವನೇ
ಬಿಂಬ ಪ್ರತಿಬಿಂಬ
ಅವರವರ ಜ್ಞಾನದ ಪರಧಿಯಲಿ
ಎಲ್ಲೋ ಇರಲು ಅವನು
ಮತ್ತೆ ಸೋತ ಮಾನವನಿಗೆ
ಇಲ್ಲವೇ ಇಲ್ಲವಲ್ಲ ಅವನು
ಅರಿವಿಲ್ಲದವರಿಗೆ ಎಲ್ಲಿಯವನು
ಸಂಪೂರ್ಣನಿಗೆ ಎಲ್ಲೆಲ್ಲೂ ಅವನು

ಅಹಂಕಾರಿ ಗೆ ತಾನು ತಾನಾಗಿಯೇ
ಅವನು

ಅವನ ಹುಡುಕಾಟದಲ್ಲಿ ನಾನು

ಏನನ್ನು ಅರಿಯದೆ ಏನೇನು

ತಿಳಿದು ಮರುಳನಾಗಿ ಮರುಳಾದೆ

ಅವನಿಗೆ

ಆದರೂ ಅರಿವಾಗಲಿಲ್ಲ ಅವನು!!!

48. ಇರುಳು

ಈ ಇರುಳಲ್ಲಿ,
ಯಾರು ಇಲ್ಲ ಜೊತೆಯಲ್ಲಿ,
ನೆರಳು ಕೂಡ ಇದೆ ಮರೆಯಲ್ಲಿ,
ಒಬ್ಬೊಂಟಿಗ ಈಗ ನಾನಿಲ್ಲಿ.

ಆ ನೀಲಿ ಆಗಸದಂತೆ
ಈ ನನ್ನ ಮನಸ್ಸಿದೆ,
ಇಂದು ಬಂದೆ ಬರುವನು,
ನೇಸರ ತನ್ನ ಕಿತ್ತಳೆ ಕಿರಣಗಳನ್ನು
ಪಸರಿಸಲು, ಬಂದೆ ಬರುವನು,
ಕಾಯುತಿರುವೆನು ನಾನು,
ಆ ಸುಂದರ ಹಗಲಿಗೆ.

49. ಸಂಘರ್ಷ

ನಿಂತಿದ್ದೆ ನಾನು,
ಕಿಟಕಿಯ ಬಳಿ,
ದೂರದಿ ಎಲ್ಲೊ ಕೇಳಿತೊಂದು,
ಆರ್ತನಾದ, ಹಿಂಬಾಲಿಸಿದೆ,
ದಟ್ಟಣೆಯ ಕಾಡಿನ ಮಧ್ಯೆ
ಗರಗಸಗಳ ಗುಸುಗುಸು,
ಕೇಳಿ ಒಮ್ಮಲೇ ಕುಪಿತನಾದೆ,
ಭಯಭೀತನಾದೆ,
ಅಲ್ಲೇ ಅಳುತಿದಳು,
ಆಲದ ಅಮ್ಮ.

ಒಮ್ಮೆಲೇ ಸದ್ದು ಒಂದುಕ್ಷಣ
ನಿಲ್ಲಿತು,

ಆದರೆ ಆ ನಿಶಬ್ದದಲ್ಲಡಗಿತ್ತು,

ಗರಗಸದ ಘಾಸಿಯಾ ಕರ್ಮದ
ಕಾಂಡ,

ಮೇಲಿಂದ ಉರುಳಿತು, ಮರದ
ಖಂಡ

ಮತ್ತೆ ಕೇಳಿತು ಬಗೆಬಗೆಯ,

ಆರ್ತನಾದ, ಆಲದ ಅಮ್ಮನದಲ್ಲ,

ಕಟುಕರ ಕರ್ಕಶ ಕಿರಚಾಟ

ಅವರು ನಾಶಿಸುತಿದ್ದರು

ಪ್ರಕೃತಿ,

ಅವರ ನಾಶದ ಹಾದಿಗೆ

ಹಾಕಿದರು ಬುನಾದಿ...

50. ನೀರವ ಮೌನ

ಏನೋ ಹೇಳಬೇಕೆಂತಿದ್ದೆ,
ಏನೋ ಪಡೆಯಬೇಕೆಂದಿದ್ದೆ,
ಮಾತನ್ನಾಡಲು ಹೋಗಿ,
ನಾ ಕೂಡ ಕೇಳಲಾಗದೆ,
ನನ್ನ ದನಿ
ಏನೆಂದು ಪೇಚಾಡಿದೆ.
ಆ ನೆನಪು ನನಗೆ
ಧ್ಯರ್ಯವನ್ನು ತಂದಿತ್ತು,
ಆ ಜಯ ನನಗೆ,
ಜಂಭವನ್ನು ಬೀಗಿತ್ತು,
ಆ ಬಲ ನನ್ನ,
ಭುಜಬಲ ವಾಗಿತ್ತು,
ನನ್ನ ಮಾತುಗಳೇ

ನನ್ನ ಅಸ್ತಿತ್ವ ವಾಗಿತ್ತು.

ಇಂದು ವಯೋವೃದ್ಧ
ನಾಗಿರಲೂ,

ಏತಕ್ಕಾಗಿ ಬೇಕಿದೆ ಎಂದೆನಿಸಿ,

ಆಸಕ್ತಿಕಾಣದೆ ಯಾವುದರಲ್ಲಿಯೂ,

ಬಳಿ ಯಾರೂ ಸುಳಿಯದೆ,

ಕಾಣಲು ಕಣ್ಣು ಮಂಜಾಗಿ,

ಮಾತು ಬಾರದೆ ಉಳಿದಿದೆ
ನನ್ನಲ್ಲಿ,

ನೀರವ ಮೌನ

51. ನೆನಪು

ಓ ನೆನಪೇ,
ಇಂತಿಷ್ಟು ಕಾಡದಿರು,
ಬಳಲಿರುವೆ ನಾನು,
ನನ್ನ ಅಹಂಕಾರಾದಿ,
ಇನ್ನಷ್ಟು ನೋಯಿಸದಿರು.

ಬೇರೆಯಲಾಗಲಿಲ್ಲ ನನಗೆ,
ಜೊತೆ ಗೋದಿ ನನ್ನೆಯ ಸ್ನೇಹಿತರ,
ನೀ ಕಾಡಿ ನನ್ನವರಿಂದ ನನ್ನ,
ಅಗಲಿಸಿದೆ,
ಎಂದೂ ಸಂಪಾದಿಸದ ಸ್ನೇಹ
ಇಂದೆಂದಾದರೂ ನನ್ನದಾಗೀತೆ?

ಓ ನೆನಪೇ,

ನಿನ್ನ ನೆನಪೀ ಬೇಡ ನನಗೆ,

ಬರಿ ಒಣ ಜಂಭದಿ ಮೆರೆದಿರುವೆ,

ಏನೂ ಸಾಧಿಸದೇ ಎಲ್ಲವು
ನನ್ನೆಂದು,

ದರ್ಪದಿ ಬೀಗಿರುವೆ.

ಬದಲಾಯಿಸುವೆ ನನ್ನನು,

ನಿನ್ನ ಕಹಿ ಇರುವಿಕೆಯ ಅರಿತು,

ಬದಲಾಯಿಸುವೆ ನಿನ್ನನ್ನು,

ಮತ್ತೊಬ್ಬರಲ್ಲಿ,

ನನ್ನ ಮುಂದಿನ ಚರಿತೆಯ
ನಡೆದು

52. ಐನೂರರ ನೋಟು

ಆಹಾ, ಅಲ್ಲೊಂದು ಐನೂರರ
ನೋಟು,

ನೆಲದ ಮೇಲೆ ಬಿದ್ದಿರಲು,
ನೋಡಿದೆ ಅಲ್ಲಿ ಇಲ್ಲಿ,

ಇಲ್ಲ ಯಾರು ಎಂದು, ಮೆತ್ತಗೆ
ನನ್ನ ಕಾಲಡಿಯಲ್ಲಿ,

ಅದನ್ನು ಹೋದೆ ಹಿಡಿಯಲು.

ಜೋರಾದ ಗಾಳಿ,

ತೇಲಿ ಹೋಯಿತು ಐನೂರರ
ನೋಟು,

ಹಿಂಬಾಲಿಸಿದೆ ತೇಲಿದ
ನೋಟನ್ನು,

ಬಿದ್ದಿತ್ತದೊಂದು ಕೆರೆಯಲ್ಲಿ,

ತೇಲಿತದು ನೀರಿನ ಮೇಲೆ,

ಕುಳಿತು ತೆಪ್ಪೆಯ ಮೇಲೆ,

ಬಳಿಸಾರಿ, ಇನ್ನೇನು ಕೈ ಚಾಚಿದೆ ,

ಐನೂರರ ನೋಟಿಗೆ, ಅಲ್ಲೊಬ್ಬ ,

ಗಾಳ ಹಾಕಿ ಎಳೆದ, ಆ ನೋಟ,

ಕೈ ತಪ್ಪಿತಾ ನೋಟು,

ತಿಳಿದೇ ಅಂದು,

ನಂದಲ್ಲದ್ದು ಎಂದೂ,

ನಂದಲ್ಲವೆಂದು.

53. ನಿಶ್ಚಲ

ಎಲ್ಲಡೆ ಬೆಚ್ಚಿಬೀಳಿಸುವಂತಹ
ಮೌನ,
ಕಾರ್ಮೋಡವು ಆವರಿಸಿರಲು,
ಬಿರುಗಾಳಿಯ ಮಾತುಗಳು,
ಅನಿಸಿ ಬೈಗುಳಗಳಂತೆ,
ಮೈಮನದಲಿ ತಳಮಳ,
ಏನೋ ಸಂಕಟದಿಂದ,
ಕೂಡಿದ ಭಯ,
ದೂರದಲ್ಲಿ ನನ್ನನೇ ,
ದಿಟ್ಟಿಸುತಿಹುದು ಆ ಬೆಟ್ಟ,
ಎಷ್ಟು ನಿಶ್ಚಲ....
ನಿರ್ಭಯವಾಗಿ ಇವೆಲ್ಲವನ್ನೂ,
ಸಹಿಸುತ್ತ ನಿಂತಿರಲು,

ನಾ ಕೂಡ ಅದರೆಡೆ ದಿಟ್ಟಿಸಿ
ನೋಡಲು,

ಒಂದು ಬಗೆಯ ಆತ್ಮ ವಿಶ್ವಾಸ
ಹೊಮ್ಮಲು,

ಮನದಲ್ಲಿ ಮೂಡಿತು
ಮಂದಹಾಸ,

ಮತ್ತೆ ಮುಗುಳ್ನಕ್ಕು,

ಇವೆಲ್ಲ ಇದ್ದಿದ್ದೇ ಎಂದು,

ನಡೆದೇ ಮುಂದಕ್ಕೆ, ಹೆಜ್ಜೆಹಾಕಿ,

ನನ್ನ ಎಂದಿನ ಗಮ್ಯದ ಕಡೆಗೆ.....

54. ಹಣ

ಓ ಹಣವೇ, ಬಾ ನನ್ನ ಸೇರು,
ಸ್ವಲ್ಪ ಒಂದಷ್ಟು ಸೇರು,

ಮಾಡಿ ಎಣ್ಣೆಯಲ್ಲಿ ಕಲಬೆರೆಕೆ,
ನಾ ನಿನ್ನ ಪಡೆಯಲಾರೆ,
ಆಟಗಾರರರ ಕುದುರೆಯಂತಾಗಿಸಿ,
ನಾ ಅವರ ಮಾರಲಾರೆ,
ಅವರಿವರ ವಸ್ತುಗಳನ್ನು,
ಮಾಡಿ ಒತ್ತುವರಿ,
ಹೀಗೆ ಹೇಗೆ ಪಡೆಯಲಿ ನಿನ್ನ,
ಎಂದೂ ರಾಜಕಾರಣ ಮಾಡಿ,
ನಾ ನಿನ್ನ ಸಂತಯ್ಸಲಾರೆ

ಬಡಪಾಯಿ ನಾನು,

ನಿನ್ನ ಕರುಣೆ ಇಲ್ಲದೆ,

ನಾ ಕೊಡುವ ಹಣ್ಣು ಹಂಪಲು,

ಪ್ರೀತಿ ಇಲ್ಲವೇ ನಿನಗೆ

ನಾ ಮಾಡುವ ಕಾರ್ಯಗಳು
ಗೌಣವೆ?

ಹೋಗಲಿ ಹಣವೇ,

ಅವರವರ ಅಹಂಕಾರದ

ಹೂ ಬತ್ತಿ ನೀನು,

ನನ್ನನು ನಿನ್ನ
ಅಹಂಕಾರವಾಗಿಸು,

ಬಾ ನನ್ನ ಸೇರು,

ಒಂದಷ್ಟು ಸೇರು....

55. ಹೆಮ್ಮರ

ನಾ ಬಿದ್ದ ಮರದಿಂದಾ,

ಬಿರುಗಾಳಿ ಬೀಸಿದಾಗ,

ನನ್ನ ಅಮ್ಮ ,

ಈ ಬನದ ಅರಳಿಮರ,

ಬಿಕ್ಕಿ ಬಿಕ್ಕಿ ಅಳುತ್ತ ಅಮ್ಮನ
ಕೇಳಿದೆ,

ಅಮ್ಮ ನಾ ಮತ್ತೆ ನಿನ್ನ ಬಳಿ
ಬರಲಾರೆನೇ?

ಅಮ್ಮ ಮುಗುಳ್ನಕ್ಕು, ನೀ
ನನ್ನಂತಾಗು ಕಂದ,

ಎಂದು ಹೇಳಿದಳು, ಹರಸಿದಳು.

ನಕ್ಕು ಹುಲ್ಲು ಹೇಳಿತು,

ನಿಮಮ್ಮ ಆಶ್ರೇಯದಾತೆ,
ನಿನಗದೀತೇ?

ಹರಿದಾಡುತ್ತ ಇರುವೆ ಹೇಳಿತು,

ನೀನಮ್ಮ ಊಟ ನೀಡುವಳು,
ನೀನು???

ಅದೇ ಯೋಚನೆಯಲ್ಲಿದ್ದಾಗ,

ಡಾ. ಕೆ ಮಧುಕರ್

ಒಮ್ಮೆಲೇ ಭೋರ್ಗರೆಯಿತು
ಆಕಾಶ,

ನ ಬಿದ್ದಿದ್ದ ನೆಲ ನನ್ನನು
ನುಂಗಿತು,

ಅದೇ ಹುಲ್ಲು ಬಾಗಿ

ನನ್ನ ಬೆಳೆಯಲು ಬಿಟ್ಟಿತು,

ಅಮ್ಮ ತನ್ನ ತರಗಎಲೆಗಳ
ನಡುವೆ,

ಸೂರ್ಯನ ಕಿರಣ ನನ್ನ ಮೇಲೆ

ಬೀಳುವಂತೆ, ಹರಸಿದಳು.

ದಿನಗಳು ಕಳೆದಂತೆ,

ನಾ ಬೆಳೆದೆ, ಬೆಳೆದೆ, ಬೆಳೆದು,

ಅಮ್ಮನ ಹಾಗೆ ಹೆಮ್ಮರವಾದೆ

ಅಮ್ಮನ ಹಾಗದೆ.....

56. ಬದುಕು

ಬದುಕು,
ಬದುಕಿರುವುದೇ ನಕ್ಕು,
ನಲಿಯುವುದಕ್ಕೂ.

ಬದುಕಿನ ಪ್ರತೀ ಕ್ಷಣ,
ಸಂಪಾದಿಸುವುದಕ್ಕಲ್ಲ ಹಣ ,
ಕುಣಿದು ಕುಪ್ಪಳಿಸುವುದಕ್ಕಣ್ಣಾ.

ಜೀವನ,
ಅದಲ್ಲ ಅಲೆಮಾರಿಯ ಕಾನನ,
ಆ ವನದಲ್ಲಿರುವುದೇ,
ಸಿಹಿ ಕಹಿ ಜ್ಞಾಪಕಗಳ ಹೂಬನ.

ಜೀವನ,

ಅದಲ್ಲ ದುಃಖ ಪಡಲು,

ಅದಂತೂ ಅಲ್ಲ ಕೋಪತಾಪದ
ಸಿಡಿಲು,

ಆದಂತೆ ಬರಿ ಪ್ರೀತಿಯ ಅಮ್ಮನ
ಮಡಿಲು.

ಜೀವಿಸೋಣ ಬನ್ನಿ,

ಹರುಷಲ್ಲಾಸವ ತನ್ನಿ,

ಪ್ರೀತಿ ಪ್ರೇಮದಿ ಮೀಯೋಣ
ಬನ್ನಿ,

ಎಲ್ಲರಲ್ಲೂ ಬೆರೆತು
ಒಂದಾಗೋಣ,

ಬದುಕಿ ಮೆರೆಯೋಣ ಬನ್ನಿ.

57. ರಹದಾರಿ

ಆ ದಿನಗಳಲ್ಲಿ,
ನನ್ನ ಮೇಲೆ,
ಸಾಗುತಿದ್ದವು,
ಎತ್ತಿನ ಗಾಡಿ,
ಆಗೊಮ್ಮೆ ಈಗೊಮ್ಮೆ,
ಮೋಟಾರ್ ಕಾರು ಬಸ್ಸುಗಳು,
ಆಗ ನಾನು ಮಣ್ಣಿನ ದಾರಿ....

ಬಂದಾಗ ಮಳೆರಾಯ,
ಕೊಚ್ಚೆ ಎಂತಾಗಿ ಜಾರುತ್ತಿದೆ.

ಈಗ ಸರ್ಕಾರ,
ಬಂದು ಸುರೀತು ಟಾರ,

ಡಾ. ಕೆ ಮಧುಕರ್

ಮಧ್ಯದಲ್ಲಿ ಗೀಚಿ ಹಳದಿ ಪಟ್ಟಿ,

ಎತ್ತರಕ್ಕೆ ಬೆಳೆದೆ ನ ಹೆಮ್ಮೆ ಪಟ್ಟಿ.

ಈಗ ನನ್ನ ಮೇಲೆ,

ಹಲವಾರು ವಾಹನಗಳು,

ಅಲ್ಲಿಂದ ಇಲ್ಲಿಂದ ಎಲ್ಲೆಲ್ಲೋ
ಇಂದ,

ರಾಚಿ ರಂಪ ಮಾಡಿ,

ಬೆಳ್ಳಗೆ ಅನ್ನದೆ, ರಾತ್ರಿ ಎನ್ನದೆ,

ನನ್ನ ಮೇಲೆ ಉಜ್ಜಿ ಸಾಗಿ,

ಏನೇ ಮಾಡಿದರು
ನಾನಾಗಿರುವೆನೀಗ,

ನಿಶ್ಚಲ ಬದಲಾಗದ ರಹದಾರಿ.

58. ಸಂಜೆಯ ಮುಪ್ಪು

ನೇಸರನ ಹೊಂಗಿರಣ ಕೆಂಪಾಗಿಸಿ
ಆಗಸ|

ಮೋಡಗಳ ಮೇಲೆ ಚಂದನ,
ತಂದೀತು ಸಂತಸ||

ಆ ಸಂಜೆಯಲಿ, ಗುಡಿಸಿಲ ಬಳಿ,
ಗಹನ ಚಿಂತೆಯಲಿ|

ಕುಳಿತಿಹನೋರ್ವ, ಕೆರೆ
ಬದಿಯಲಿ||

ನೋಡಲು, ಸುತ್ತಲೂ, ಒಮ್ಮೆಗೆ
ದಿಗಿಲು|

ಎಲ್ಲವೂ ತನ್ನಂತೆಯೇ

ಒಂಟಿಯಾಗಿರಲು ||

ಯಾವುದೊ ಆಭಾಸ, ಮುಳುಗುವ

ರವಿಗಾಗಿ|

ಕಾದಂತೆ ಎಲ್ಲವೂ ಒಂಟಿಯಾಗಿ ||

ಕಾಯುತ್ತ ಮುಪ್ಪಿನ, ಆ ರಾತ್ರಿಗಾಗಿ

|

ಬಿತ್ತಿಸಿ, ಸಾವನ್ನು ದಾಟುವುದು,

ಒಂಟಿಯಾಗಿ |

ಎಂದೂ ಒಂಟಿಯಾಗಿ ||

(ಅಂ)ತರಂಗಗಳು

www.ingramcontent.com/pod-product-compliance
Lightning Source LLC
LaVergne TN
LVHW100321210926
848480LV00003B/1206
9798905104206